PUNDA ALIVURUGA BUNGE

Mungai Mutonya

Kilele Publications & Productions Ltd
Nairobi

Kimetolewa na
Kilele Publications & Productions Ltd.
S.L.P. 52045-00100
Nairobi, Kenya.
Baruapepe: Kilelepublications@gmail.com

Toleo la Kwanza

ISBN: 978-9966-8287-0-5
Toleo la kwanza 2024

KUTABARUKU

Kwa wazalendo wajitoleao kupigania haki na ukombozi. Hususan, wazazi wangu Jeremiah Mutonya na Rebecca Njoki waliopigania uhuru enzi ya Mau Mau, ndugu zangu Njuguna Mutonya na George Njoroge waliofungwa jela enzi ya Mwakenya, na vizazi vyote vya wapiganiaji ukombozi. Kwa wapendwa wangu Laurah Mungai, Kevin Mungai, Eddie Mutonya Mungai, na WanaMutonya wote kwa kuchangia ufanisi wa kitabu hiki.

DIBAJI

Kilio cha Punda

Usinidharau
Usinikandamize
Usidai sistahiki heshima.
Kuwa niliumbwa kubebeshwa mizigo mizito
Eti sisongi bila mijeledi
Eti asante yangu ni mateke

Umesahau ndimi yuleyule Niliyekuhudumia
tangu zama.
Nikamsaidia Samsoni kuwaadhibu maadui
Nikamrejesha Mwokozi jijini
Nikabebwa na baba na mwanawe hadi sokoni
Funzo kwa vizazi likashika.

Ewe mwanadamu mpenda haki
Wema wangu huo wote
Umeulipaje?
Kwa mijeledi!

Sehemu ya Kwanza
Bunge Lavamiwa

Mwanzo

Habari za kutoweka kwa meli ya kifahari iliyowabeba wabunge maalum zilienea mithili ya moto nyikani msimu wa ukame. Mitandao ya kijamii ilizisambaza habari kwa wepesi wa radi na mshtuko wa zilizala. Waliozipokea waliduwaa na kufadhaika. Itawezekanaje mwenge wa matumaini ufifie mara tu baada ya kuwashwa? Mageuzi ya kihistoria yaliyotokana na harakati za viongozi hawa wawili yatakoma endapo hawatapatikana?

'Endapo hawatapatikana?' Wengi hawakutaka kulitafakari wazo hilo mbovu. Walifululiza misikitini, makanisani, hekaluni, milimani, ziwani, na maeneo mengine matakatifu kuwaombea dua njema wabunge maalum Mpunda na Digiri. Baadaye wakachambua kila neno walilolisikia kutoka runinga, redio, na rununu zao. Hata udaku wowote walioupata kupitia jumbe za *WhatsApp*, *X*, *Instragram*, na *Facebook* zilikaguliwa kutafuta habari fiche. Licha ya juhudi zote huwafanikiwa kupata la ziada ila kuwa meli ilitekwa nyara usiku wa manane wenye tufani kali. Hawakubaini ikiwa tufani ilitangulia au kufuata utekaji nyara ama yote mawili yalitukia kwa pamoja. Wala hakukuwa na maelezo ya kile kilichosababisha umeme na mawasiliano kupotea melini.

Meli ya kifahari ijulikanayo kwa jina 'Pomboo' iliong'oa nanga bandari ya Nu Olins, nchini Marekani, kuelekea bandari nyingi ikiwemo Mambosasa ambapo wabunge maalum, Digiri na Mpunda, walitarajiwa kutamatisha ziara yao ughaibuni. Wabunge hawa maalum waliteuliwa kuwakilisha punda wenzao kufuatia kufaulu kwa harakati walizoongoza zikiwemo uvamizi wa bunge na tisho la mgomo wa punda wote.

Lakini leo hii kumbukumbu za wananchi wa Sokomoko zilikuwa zimevuka madaraja ya vituko vya uvamizi na mgomo na walifikiria mazito yaliyowakumba wabunge hao wawili. Jumuiya ya punda kote nchini nayo ikajielezea kwa milio yao ya kunata inayosikika nyakati maalum. Ulimwengu wote ukasubiri kwa hamu habari za msako au uokoaji wa meli iitwayo Pomboo.

* * *

Miaka mingi ilikuwa imepita tangu kutokea kwa kisa kilichojulikana kama 'Parawanja la Pomboo.' Ingawa Wanasokomoko wengi walikisahau kisa hicho, punda walizua mikakati kabambe ya kuvijuza vizazi vilivyofuata kuhusu yaliyotokea. Kongamano la kila mwaka kijijini Ole Tepesi lililowakutanisha punda likawa kikao mwafaka cha kusimulia historia ya mashujaa waliojitolea mhanga kupigania haki zao. Masimulizi ya kikao cha mwaka huu kiliangazia Mpunda aliyejikakamua kuifanikisha ndoto kuu ya aila ya punda: ukombozi. Ilivyokuwa kawaida Punda Mkongwe alisimulia.

Paukwa!
Pakawa!

Sura ya Kwanza

Hapo zamani za kale punda waliishi raha mustarehe kwenye bonde lililosheheni mito yenye maji matunda, misitu yenye matunda ya kila aina, na hewa safi. Ilikuwa enzi yenye furaha na amani bila kusumbuliwa na chochote wala lolote. Enzi hiyo ilikuwa shwari bin tulivu. Hata hivyo, pale bondeni shida ndogondogo hazikukosekena kama ilivyo kawaida katika kila familia. Kaka kumsengenya dada. Dada kumpiga teke dadake mdogo. Kijana 'kuharibu hewa' mbele ya wazee. Mzazi kushindwa kumfunza adabu mwanawe, na mengineo madogo madogo. Licha ya hayo, waliishi pamoja, walicheza pamoja na walikula pamoja. Shida zilipotokea walizikabili pamoja wakizingatia mila na desturi za upunda. Maisha yalikuwa yenye amani, utulivu, upendo na utangamano hadi siku alipofika kiumbe mgeni. Hakutarajiwa wala hakualikwa. Hamkani ikawa si shwari tena.

Siku hiyo mgeni wa ajabu aliwasili awali na mapema hata kabla jua halijafungua kigubiko cha jicho. Punda hawakuwa wamemwona mnyama aliyetembea kwa miguu miwili. Masikio ya mnyama huyu yalikuwa masikio madogo, ngozi haikuwa imefunikwa na manyoya, na hata hakuwa na mkia. Wakamkagua kwa mbali wakishindwa ama wamkaribishe au wamfukuze.

Baraza la dharura liliitishwa kulijadili tukio hili. Kuna wale walipendekeza kiumbe mgeni achapwe mateke na afukuzwe kujiepusha huku wengine wakisisitiza jadi yao ya ukarimu wakataka kumkaribisha mgeni na kumfahamu zaidi. Wakadai ukarimu ni jadi yao. Aidha kuna wale hawakujua lipi bora: kumfukuza au kumkaribisha. Mwishowe waliamua kumsongea wafahamu kilichomleta kwao.

Ingawa lugha zilihitilafiana walizifasiri ishara zake kumaanisha kuwa alikuwa amepotea katika pilkapilka zake na hakujua njia ya kurudi kwao. Walimuonea huruma kiumbe huyo mnyonge. Wakakubaliana kwa kauli moja kuwa hakuwa tisho kwao. Wakaamua wamwache afanye analokusudia kabla arudi makwao.

Yule kiumbe akakata miti na kukijenga kibanda. Akalala. Alipoamka akala matunda yao. Akalala. Alionekana kufurahia ukarimu wao. Kwa vile hakuonekana tisho kwao, hawakumjali mno. Wakaendelea na shughuli zao.

Baada ya siku chache aliacha kula matunda. Akaanza kuchimba kisehemu kidogo. Akazika mbegu mchangani. Akawa anaelekea mtoni na kuyateka maji ya kuyamwaga udongoni. Baada ya muda mimea midogo ikaanza kuota. Waliokuwa wametoa kauli afukuzwe wakalalamika kuwa hiyo si ishara ya mgeni bali ya mlowezi. Lakini mrengo ya makaribisho ukaendelea kushinda hoja yao. Tabia na mienendo ya migeni iliwasisimua wengi.

Siku ziligeuka kuwa majuma na majuma kuwa miezi. Mgeni hajaondoka. Akasema anahitaji kuwasha moto ili ajikinge baridi kwa vile ngozi yake si kama ya punda. Hawakuona shida. Siku chache baadaye moto ukaanza kutoa harufu isiyo ya kawaida. Wanyama wadogo waliokuwa wakionekana maeneo hayo wakaadimika. Punda wa Bonde Tulivu walidhani wanyama wadogo walitishwa na moto, harufu au moshi uliovuka. Yule kiumbe akawa pia anaenda zake kwa siku kadha na hatimaye kurejea.

Siku moja punda walipoamka wakamwona kiumbe yule ameleta kundi la viumbe wenzake. Wakajenga vibanda bila kuomba ruhusa. Wakapanua maeneo walimoishi bila idhini. Na wakaanza kuwawinda wanyama wakubwa kwa wadogo. Punda wakawakanya lakini viumbe wale wakawa hawaambiliki wala hawasemezeki.

Tetesi zikazidi kutoka kwa wale waliopinga makaribisho. Wengi wao wakiwa punda vijana. Itakuwaje huyu kiumbe mgeni aendelee kukiuka utamaduni na miiko bila adhabu yoyote. Wao wakikiuka mipaka kidogo tu hupigwa mateke makali na kuumwa masikio. Mbona wazee hawampigi mateke na kumuuma masikio huyu mgeni? Vijana wakanung'unika. Tetesi zikaendelea bila mabadiliko hata wakaamua kuwakabili wazee wao.

Punda vijana wakawatuma wajumbe kuwakabili wazee wakongwe ambao daima walipenda kubarizi chini ya mbuyu mkubwa ulioko juu ya kilima. "Shikamooni wazee wetu."

"Marahaba wanetu. Nawaona leo mmeamua kupanda kilima kujiunga na wazee. Nini cha mno?" Babu Mukuru akawauliza.

"Naam. Tumefika kuwaamkua na pia kuwaletea swali kutoka kwa vijana wenzetu." Kijana Zii akajibu.

"Haya leteni habari." Babu Mukuru akanena.

"Ni kuhusu hawa viumbe wageni waliofika majuzi."

"Enhe. Wana nini hawa wageni?"

"Tunaona wana ujeuri sana na hata hawajali mila na desturi zetu." Kijana Zii akaendelea.

"Sisi kawaida yetu ni kumkaribisha yeyote kwa ukarimu wetu. Mradi tu asiyavuruge maisha yetu. Hawa watakaa kisha watajiendea zao."

"Lakini oneni sasa mgeni wa kwanza amelima shamba lingine bila hata kuwaomba ruhusa. Pia, amewaleta wenziwe na wanafanya chochote wakipendacho. Ni bora waadhibiwe ama wafukuzwe..." Kijana Zii akasisitiza.

"Polepole mwanangu. Mbona hasira yote hiyo. Hawa ni viumbe duni na hawawezi kututisha wala kuharibu utamaduni wetu. Wachana nao na hata usijali wanayoyafanya. Wakiondoka hata tutaweza kujikinga jua na mvua ndani ya vibanda vile walivyojenga. Na tutakula mimea wanayopanda shambani." Babu Mukuru akashauri.

"Lakini sisi vijana tukikosea tunaadhibiwa. Mbona wao wasiadhibiwe? Sisi vijana tutawaadhibu kwa mateke na meno wakikosea!"

Punda wakongwe wakashangazwa na ukakamavu wa vijana. Wakawaomba watulie na kuwaahidi kuwa watawaonya viumbe hao dhidi ya mienendo yao. Vijana wakaondoka na wazee wakabaki wameshtushwa na ukakamavu mpya wa watoto na wajukuu wao.

Baada ya majuma kadha habari motomoto zikaanza kuenea. Ikasemekana Babu Mukuru hajaonekana kwa muda. Hajulikani alipo. Pia, ikasemekana Babu Kaimu amekuwa akijumuika sana na wale viumbe wageni. Hata udaku ukadokeza alionekana akila vyakula vyao, akijaribu kuiga kutembea kwa miguu ya nyuma kama watembeavyo, na pia eti mara kwa mara hulala kwenye vibanda vyao. Wazee wachache walijiunga na Babu Kaimu kuishi vibandani. Idadi ya viumbe wageni ikaongezeka na wakapanua mashamba yao. Wakayazingira maeneo makubwa na kuzuia punda wengine kutembelea sehemu hizo bila kibali.

Vijana wakateta kwa ukali lakini uwezo hawakuwa nao. Wakaamua kuungana na kuzinyakua sehemu za malisho walizonyang'anywa na wageni. Vurugu ikawa si vurugu. Fujo ikawa si fujo. Usiku mmoja wakavibomoa vibanda kwa mateke. Wakawafurusha viumbe wageni kwa mateke makali nayo meno yakapatana na masikio na visigino. Hatimaye wakala mboga na mimea yote iliyopandwa kwenye mashamba ya viumbe wageni.

* * *

Hali ikawa shwari na utulivu ukarejea kama ilivyokuwa awali. Vijana wakafurahia ushindi wao. Wazee wakashangazwa na hali ya mambo na kuwatahadharisha vijana wawe makini kwani wamempata adui.

"Wakirudi ngoma ni ile ile. Tutawafurusha warudi kwao. Mgeni akililia mateke, mpe!"

"Vibao watakavyovipata wakati huu hawatathubutu kurudi tena." Wakaangua kicheko.

Siku zikaendelea kwa utulivu. Msimu wa mvua ukaanza na kuisha. Maua yakanawiri na kukauka. Ndege wa msimu wakaja na wakaondoka. Msimu wa jua kali ukawadia. Mimea ikakauka. Maji ya mito yakapungua. Mbung'o, kupe, nyigu na wadudu wengine wakajaa. Matunda ya kiangazi yakaiva. Hatimaye, mvua ikarejea kwa kishindo.

Punda wakaishi maisha ya awali bila wasiwasi. Lakini bado walisikitika kuwa Babu Mukuru hakuonekana. Babu Kaimu aliwaomba msamaha kwa kushirikiana sana na kiumbe mgeni lakini akawafichulia mengi kuhusu mienendo na tabia za mgeni. Wakamsamehe lakini hadhi yake ikashushwa. Uwezo wa vijana ukapanda.

Hali iliendelea kuwa shwari hadi usiku mmoja mambo yalipobadilika ghafla. Ulikuwa msimu wa kiangazi na punda walikuwa wamerejea jioni kutoka safari ya mto wa mbali. Nyumbani kwao majani yalikuwa yamekauka. Mito ya karibu ilikuwa mawe na mchanga mtupu. Walipofika jioni, walikuwa wamechoka hoi. Wakalala usingizi mnono. Ghafla wakaamshwa na vishindo, kelele nyingi na fujo kutoka kila upande.

Wakatambua kuwa adui amerudi na kundi kubwa la viumbe wenzake. Wakapigana nao walivyoweza: meno, mateke makali zaidi na milio ya kutisha. Lakini wakagundua adui ana kijiti cha ajabu kitoacho moto na kuwajeruhi vibaya sana. Baadhi yao walikuwa tayari majeruhi ilhali wengine wametekwa nyara. Walipambana wawezavyo lakini walitambua kuwa adui alikuwa amejihami vilivyo. Ikabidi vijana wakimbilie vilimani ili wazue mikakati mipya ya kukabiliana na adui.

Jua lilipochomoza walilitazama bonde walimoishi wasiweze kulitambua vyema kutokana na hasara iliyotokea usiku. Waliwaona punda wenzao wamefungwa minyororo wakifanyishwa kazi ngumu na kupigwa mijeledi. Wakataka kukimbia bondeni kuwakomboa na kulipiza kisasi. Lakini shujaa Bapunda, punda barubaru na mwenye hekima ya uongozi, aliwatahadharisha.

"Ndiyo, tuna hasira na tungependa kuwaangamiza viumbe hawa sasa bila huruma. Lakini tuwe makini hasira isije ikawa hasara kwetu. Lazima tujitayarishe vilivyo ili tutakapovamia tulikomboe bonde letu kabisa." Bapunda akawashauri.

Baada ya mjadala mkubwa wakakubaliana kuunda vikosi na kutafuta usaidizi kutoka kwa punda wengine kokote walipo. Maadamu kiumbe mgeni aliendа na kurudi na aila yake, haikosi pia kuna punda wengine kwingineko. Wakiwepo hawatakosa kutusaidia. Damu ni nzito kuliko maji. Pia ilifaa kuwaonya punda wa sehemu zingine wajihadhari viumbe hawa wanaofika kama wanyonge na hatimaye kugeuka kuwa majitu yasiyo na huruma. Walikubaliana kuwa punda watakaotumwa sehemu tofauti wafanye hima kuwaunganisha punda wote dhidi ya ukatili huu.

Wajumbe wakatumwa mashariki, magharibi, kusini na hata kaskazini. Ziara zao za siku nyingi zikawafungua macho kuona kuna sehemu nyingine za ulimwengu nje ya Bonde Tulivu. Kulikuwa na wanyama tofauti, viumbe tofauti, mimea tofauti na hata punda tofauti. Waliofika eneo la ziwa kuu punda wa ukoo wa Opunda. Sehemu za pwani walipata ukoo wa Kendapunda. Bonde Kuu kunako koo za Olepunda na Kipunda. Jangwani wakakutana na Loikopunda na Alpunda. Milimani na kwingineko koo za Maumupunda, Shakapunda, Sundipunda na wengineo.

Lakini walipofika maeneo yale, walishangaa kuona kuwa kiumbe mgeni tayari amejikita. Punda walinyanyaswa na viumbe kama hali ilivyo sasa katika bonde lao. Ilibainika kuwa huenda ikawa wao ndio walikuwa wa mwisho kuvamiwa. Licha ya hayo, mbegu ya ukombozi ilikuwa imepandwa nyoyoni mwao. Walikuwa wameizoea asali ya uhuru na hawakuwa radhi kuukubali utumwa. Waliamua kuendelea kupambana licha ya hali ngumu walizokabilia nazo. Utetezi wa punda na wanyama wengine wanaokandamizwa ukawa ni mwito wao.

Baada ya kugura bondeni kutafuta usaidizi wa ukombozi ndugu walikosa umoja. Kuna waliokufa moyo na kukinai kuishi maisha yalivyokuwa seuze magumu. Kuna walioendeleza harakati za ukombozi licha ya pingamizi kochockocho. Ilhali kuna waliojitakia makuu wakiyajali tu maslahi yao binafsi. Kumbukumbu ya kisa cha Mpunda, mjumbe mteule aliyeyanyanyua maslahi ya ukombozi wa punda hadi ulingo wa kimataifa yafaa ihuishwe kizazi hadi kingine.

Sura ya Pili

Mpunda alikuwa punda mashuhuri zaidi kijijini Gatura. Alitoka nasaba iliyoheshimiwa sana ya Bapunda yenye asili ya walionusurika Bonde Tulivu. Baada ya kupambana na walowezi waliovuruga utulivu vizazi vilivyofuata vya ukoo wa Bapunda vilivyoendeleza harakati za ukombozi. Kijito kinaweza kukauka lakini jina hubaki.

Licha ya kutoka nasaba iliyotambilikana na kuheshimiwa moyo wa Mpunda uliangaza upendo, utanashati na unyenyekevu. Alikuwa mwenye umbo imara, sura ya kupendeza, ngozi angavu, na haiba yenye mvuto kwa punda wengine.

Mpunda aliishi shamba la mkulima tajiri, Mzee Gitonga, aliyewafuga wanyama wa aina zote: ng'ombe, mbuzi, nguruwe, kondoo, na wengineo. Kila siku Mpunda aliibeba mizigo kuipeleka au kutoka duka la Gitonga. Asubuhi akabebeshwa mazao ya kuuza dukani yakiwemo mahindi, maharagwe, viazi, nyanya, na ndizi. Jioni akabeba mahitaji ya shambani kama vile vyakula vya kuwalisha wanyama, mbolea, mafuta ya kupikia, na mitungi ya maji.

Wanyama waliofanya kazi shambani walifurahia kumwona Mpunda kila jioni. Walijua amewaletea virojorojo na virutubisho vya mifugo. Punda walioifanya kazi ya sulubu mchana kutwa walisubiri kwa hamu machicha yaliowatuliza misuli na kuwaotesha njozi kidogo. Mpunda aliungana na wenziwe zizini kula machicha huku akiwasimulia aliyoyaona madukani na hadithi zingine zilizopambwa madoido ya kisimulizi. Wanyama wa shambani walifurahia sana kuzisikia hadithi hizi za ajabu kuhusu visa vya binadamu na wanyama wengine kule madukani. Walimpenda Mpunda na waliyatamani maisha ya madukani.

Kwa kweli maisha ya Mpunda yalikuwa tofauti katika eneo lenye mabonde na milima na lenye wakulima waliodhamini kilimo bora na bidii. Punda nao hawakupata fursa ya kupumzika. Walibebeshwa maji. Walipanda vilima na milima ili kukidhi mahitaji ya kijiji. Walisindikizwa na mijeledi mikali walipobebeshwa mizigo mizito. Kila punda alikuwa na alama nyingi za mijeledi mgongoni. Wakongwe na wadhaifu walishindwa kuhimili kazi hiyo ngumu na mijeledi mikali iliyoendelea hadi jioni.

Mpunda aliwaonea wenzake huruma na akatamani kuwabadilishia hali. Aliwapa moyo kuwa ipo siku hali itabadilika. Kila jioni aliwanong'onezea aliyoyasikia kwingineko huku akizipanda na kuzipalilia fikra za uhuru vichwani mwao. Naye akafanya juhudi za kujitayarisha kuukabili wadhifa wa kuwaongoza katika harakati hizo.

Kila asubuhi Mpunda alipofika kule madukani wafanyakazi wa duka la Gitonga waliipakua mizigo na kuifungua rukwama aliyoivuta ili waioshe. Akiisubiri kazi ya jioni Mpunda alizoea kukaa hapo au wakati mwingine kupiga mienendo ya masafa mafupi na kurejea bila shida.

Haikuchukua muda mrefu kubaini kuwa hakuwekewa mipaka ila aliyojiwekea mwenyewe. Akaenda masafa marefu zaidi na kukutana na punda wengine. Aliendelea kuwahimiza punda wenzake wafikirie zaidi kuhusu njia za kujikomboa. Wengine walifurahia wazo hilo ilhali wengine walilipinga. Mpunda hakufa moyo.

Siku moja, punda mmoja aliyekuwa makini kusikiza habari za ukombozi alimwalika Mpunda atembelee sehemu za Limulul kuliko na idadi kubwa zaidi ya punda. Azma ya ukombozi ilikuwa imembana na siku moja aliwaaga wenzake akawaeleza anaenda kutafuta usaidizi na maarifa zaidi ya kuwakomboa. Wakakubali shingo upande lakini wakamwombea dua njema. Akaondoka kuelekea Limulul.

* * *

Limulul ni eneo lenye punda wengi, baridi kali na uhasama mwingi dhidi ya punda. Alipowasili, Mpunda alishangazwa na idadi kubwa ya punda. Kukipata kikosi tosha cha kupigania ukombozi haingekuwa shida. Lakini udhaifu wao ulisikitisha kutokana na kazi ngumu iliyoambatana na mijeledi mikali.

Kila binadamu wa Limulul aliyemwona Mpunda alikata kumkamata na kummiliki punda huyu barubaru. Licha ya juhudi kabambe za kumwinda aliweza kuwakwepa wote. Akaishi maisha huru kwa kujificha mchana kwenye pango katika msitu uliokuwa juu ya kilima. Hapo aliweza kuyaona mateso yote yaliyokuwa yakiendelea Limulul. Alisononoka kushuhudia dharau na mijeledi waliyocharazwa ambay hakupata kuiona Gatura. Macho ya kila punda yalionyesha machungu ya dhuluma. Usiku alishuka kutoka kilimani kuwazungumzia punda wa Limulul. Ingawa walikerwa na hali ya kukandamizwa hawakuwa wamezua mbinu mwafaka ya kuyaboresha maisha yao. Akawahimiza wasife moyo. Akahimiza muungano. Akahimiza ukakamavu na ujasiri ikiwa wanatarajia kujikomboa. Akapendekeza mgomo.

Baada ya majuma ya ushawishi, uhamasishaji, kukabiliana na kauli kinzani, hata usaliti siku ya mgomo iliwadia. Kama walivyopanga, wakakataa kubebeshwa mizigo na kutii amri. Wenye punda wakajaribu kuwasukuma lakini hawakusonga. Wakipigwa mijeledi nao wakapiga mateke, wakakenua meno na kupiga mayowe. Watu kuona hayo wakatorokea majumbani mwao. Hawajaona punda wakikaidi hivyo. Punda wote wakakutana katikati ya soko la Limulul. Mpunda akashuka kutoka kilimani na kuwahutubia.

"Ndugu zangu, hii hoo!" Mpunda akawasalimu.

"Hii hoo!" Wakaitikia.

"Hii hoo tena!"

"Hii hoo!"

"Mbona siwasikii. Mnaogopa ama vipi? Hii hoo!!"

"Hiiii Hooooo!"

"Kwa nguvu zaidi hadi Limulul yote itingike!"

Wakazitoa sauti kwa nguvu zaidi huku wakirusharusha mateke na kuyalipua makombora ya hewa isiyo safi. Watu waliokuwa nje wakakimbilia makwao na kujifungia. Wakachungulia madirishani wakishindwa ni kichaa gani kimewapata punda. Wakawapigia madaktari wa wanyama kuuliza kama kuna ugonjwa wa kichaa cha punda. Daktari wakawaambia kuwa wanajua kuhusu pepopunda na kichaa cha mbwa lakini siyo cha punda.

Mkutano wa punda ukaendelea. Mpunda akawasimulia hadithi aliyoisikia kutoka kwa baba yake, jinsi maisha ya awali ya punda yalivyokuwa huru na jinsi kiumbe alivyowavamia na kuwamiliki. Akasema punda wote wanahitaji kuwa huru na kuishi bila mijeledi na kazi ya utumwa. Akasema lazima punda waungane wajikomboe. Akawaeleza juu ya wajumbe waliotumwa kuleta muungano na ukombozi wa punda wote. Akawaahidi kuwa atawasilisha malalamishi yao kwenye kikao cha bunge jijini Nyairobi. Wakashindwa atakavyoweza kufanya hivyo. Akawaahidi kuwa hakutoka Gatura bila ya kuwa na azma ifaayo. Akawahakikishia hilo litafanyika kwa njia moja au nyingine. Wakakubali kwa pamoja kuwa Mpunda awawakilishe. Penye nia lazima njia ipatikane.

Mgomo ukaendelea. Maisha yakadhalilika Limulul. Soko halikuwa na bidhaa. Mazao shambani yakabaki huko. Matunda yakawa yanaozea mashambani. Watu nao wakashindwa kuvumilia maisha hayo magumu. Wakafanya njama ya kuuvunja mgomo kwa fujo na ukatili.

Watu walijitokeza na kila aina ya silaha kuwakabili punda wanaogoma. Wakavamia asubuhi na mapema kabla punda hawajaamka. Kizaazaa kikawa vurumai. Punda wengi wakajeruhiwa ilhali wengine wakauawa au wakalemazwa.

Habari ikaenea kuwa watu wote wanamtafuta Mpunda waliomlaumu kwa kuwatia fikra mbovu punda waliokuwa wanyenyekevu na watiifu. Umati wa wanaLimulul ukaelekea kilimani kumsaka Mpunda wakiandamana na majibwa yao makali. Wakasaka na kusaka. Hatimaye, wakagundua pango ambalo Mpunda alikuwa akiishi. Lakini Mpunda alikuwa ashaifunga safari yake kuelekea Nyairobi kuwakilisha malalamiko ya punda wenzake.

Sura ya Tatu

Mpunda alitembea sana nyakati za usiku ili kuwaepuka watu wa Limulul ambao alijua wataendelea kumsaka. Mchana alijificha kichakani ama kwenye mashamba ya majani chai huku akifanya juhudi za kuwafahamisha punda aliowaona mambo yaliyotokea Limulul. Akawatia moyo na kuwahimiza kuwa wakiungana maisha yao yatabadilika. Aliwaelezea kuwa anapeleka malalamiko ya punda Nyairobi.

Punda walifurahishwa sana na maneno ya Mpunda. Wakaahidi kumuunga mkono na wakampa chakula. Wakampa malalamiko zaidi na wakahakikisha Mpunda amefika salama kijiji jirani. Hali ilikuwa hivyo kupitia Luilul, Kapete, Babironi, Usiru, na Ngi Ngiri.

Usiku mmoja Mpunda aligundua amekaribia Nyairobi alipoona upeo umebadilika kana kwamba mbingu na nyota zimeanguka na kuendelea kumetameta ardhini. Zaidi ya hayo, punda waliadimika nayo magari yakaongezeka. Vichaka vilikuwa vichache sana. Badala yake kulikuwa na bustani, majumba makubwa ya kuishi na magari mengi barabarani. Ilikuwa vigumu kutembea usiku lakini alijitahidi awezavyo. Alikuwa ameamua kuendeleza harakati za ukombozi. Ukiyavulia nguo sharti uyaoge.

Alfajiri na mapema aliamua kutembea kuelekea majumba marefu aliyoyaona. Majumba makubwa husitiri mambo. Ikiwa punda wa Limulul walikuwa na ujasiri wa kugoma na kuhimili shida kupigania haki zao, mwakilishi wao hana budi kuwa mkakamavu zaidi. Akajipiga moyo konde.

Mpunda akakasa mwendo barabarani. Wenye magari wakampigia kelele na kumgongangonga. Akatembea kandokando ya barabara kunako majani yenye rangirangi na nyasi iliyokuwa imekatwa kwa ustadi. Akapigiwa kelele na kurushiwa mawe na wafanyakazi. Majibwa makubwa pia yakambwekea na kutaka kumuuma. Moja likamkaribia na kumuuma paja. Akalichapa teke, likapaa angani likilia na kuanguka upande wa pili wa lango. Majibwa mengine yakaupata ujumbe kinagaubaga na kutuliza boli. Akaendelea na safari yake barabarani. Hakujali honi za magari wala kelele za madereva. Kelele za chura hazimzuii ng'ombe kuyanywa maji.

Mara likatokea lori lenye watu walionekana kuwa na hasira kibao. Walitaka kumkamata. Akakumbuka hasira za watu wa Limulul. Akazipiga mbio kuelekea vichochoro vya mitaani. Wakamfuata bila kukata tamaa. Naye Mpunda akazidisha mwendo kuelekea majumba marefu ya mjini. Mchezo wa panya na paka dhidi ya watu wa lori ukapitia mabustani, mitaani, vichochoroni, hadi pale barabara iliyomwelekeza kwenye lango moja lililokuwa limelindwa sawasawa. Pale hapakuwa na njia ya kutorokea. Akakamatwa na kufungwa kamba miguuni. Akapandishwa lori.

Lori liliposimama na mlango kufunguliwa, aliwaona punda wa aina zote. Baada ya siku kadha pale zizini Mpunda alikuwa amejitambulisha na kuwafahamu wenzake. Digiri, Kippunda, O'punda, Mwampunda, Olepunda, na Nyaipunda. Ingawa sababu za kuzuiliwa zilitofautiana alitambua kuwa maisha yao yalifanana.

Wote waliwekwa pale katika zizi la jiji ama kwa kukiuka sheria zilizowakandamiza au kwa kutaka kuboresha maisha ya punda wenzao. Mpunda aligundua kosa lake lilikuwa kusababisha msongomano wa magari, kuzurura ovyoovyo, na kwa kwenda haja kubwa kwenye barabara za jiji.

"Kwani walitaka niende haja wapi?" Mpunda akauliza.

"Walitaka uwe umefungwa kimfuko chini ya mkia wako." Mwampunda akamweleza.

"Aiii! Ujinga gani huo? Nibebe kinyesi changu kila niendapo?" Mpunda akalalamika.

Wenzake wakamweleza kuhusu maisha ya jijini na shida nyingi wanazokabiliana nazo. Naye akawaeleza kuhusu maisha ya mashambani. Akawafafanulia kuhusu mgomo wa Limulul. Akawahadithia kuhusu safari yake na mazungumzo yake na punda wengine wa sehemu alizozipitia. Akawafahamisha pia kuhusu malalamiko ambayo anapanga kuwasilisha kwa niaba ya punda hao wote. Kuna waliomtahadharisha lakini Mpunda alikuwa amekata kauli. "Liwalo na liwe, lisagike, livunjike, nitawasilisha." Mpunda akaipigisha kwato chini.

Sura ya Nne

Punda wengine pale zizini wakavutiwa sana na yote aliyoyasema Mpunda. Ikasadifu O'punda alikuwa tayari ameongoza migomo kadha ya punda mtaani alikoishi. Kippunda alishughulishwa na uchukuzi wa bidhaa za masoko ya Marikiti na Gikomba kiasi kuwa ana utaalamu wa mitaa na barabara jijini. Naye Olepunda alikuwa hodari kwa mbinu za kujihami. Alikuwa tayari ameingia mashakani kwa kuwacharaza watu makombora.

Nyaipunda alifahamu mengi kwa vile alikuwa ametumiwa sana na binadamu wanaharakati kufanya maandamano na kuwasilisha malalamiko yao. Akawaambia vile siku moja yeye na wenziwe walipakwa rangi nyekundu na kuwasilishwa kwenye jumba la sheria jijini. Wakati mwingine wanaharakati wakawapaka rangi na maandishi na kuwabwaga katikati ya jiji. Misongamano mirefu ya magari yaliwezesha usambasaji mkubwa wa kauli mbiu ya maandamano.

Digiri ambaye alikuwa mpole na hakusema maneno mengi akanena.

"Mmewahi kusikia ukoo wa punda ambao una kipawa cha kusema lugha ya watu?" Digiri akasema kwa sauti yenye hekima na upole.

"Hiii Hooo! Ati kusema lugha ya watu? Sijayasikia hayo. Hiii hoooo!" Mwapunda akakenua meno. Wengi wakamshtumu kwa kusema habari 'feki' iliyokusudia kubadilisha mada nyeti waliyokuwa wakiipambanua. Lakini Mpunda akawakatiza kauli. "Sio mzaha.

Mimi ninakumbuka kusikia babu akitueleza kuhusu ukoo huo wa Balamu. Au siyo?"

"Haswa. Ukoo maarufu kutoka zama za Masihiya." Digiri akamjibu.

"Sasa haya yana umuhimu gani, Digiri? Tulikuwa tunajaribu kupiga mikakati ya kutusaidia."

"Haswa, Kippunda. Ni katika mbinu hizo za kuzua mikakati ya kuwasaidia wenzetu."

"Sikuelewi. Huyu punda mwenye kusema tumpate wapi? Na hata tukimpata atusaidiaje?" O'punda akauliza.

"Kwanza, hupaswi kuangalia mbali. Pengine unayesema naye anatoka ukoo huo." Digiri akapiga hatua mbele.

"Wewe? Hii hoo! Unasema lugha ya watu? Ukiwa unasema lugha ya watu mimi nami nitasema naweza kupiga mbizi kama pomboo." Kippunda akabingirisha mkia kwa dhihaka.

"Sidanganyi. Siyo kusema tu lakini ninaweza kuiandika. Lakini hiyo ni siri nawatobolea." Digiri akasema. Wengine wakamcheka na kumdhihaki lakini Mpunda akawakatiza tena.

"Ikiwa tunatafuta heshima kutoka kwa wengine hatuna budi kuheshimiana. Tunahitaji muungano na usaidizi kutoka kwa kila mmoja wetu. Awe mdogo au mkubwa lazima tuheshimiane na tuaminiane. Hebu tusikie anayoyasema Digiri. Umesema unaweza kusema na kuandika lugha ya watu?"

Digiri aliwaelezea jinsi alipokuwa mdogo aligundua kuwa ana kipawa cha kufahamu lugha waliyosema watu. Akafanya juhudi za kuigaiga kisiri aliyoyasikia. Hakuna aliyejua hilo hadi pale siku moja alikasirika na kumtolea maneno machafu mtu aliyemcharaza viboko. Mtu huyo kusikia maneno kutoka kwa punda akazirai papohapo.

Siku iliyofuata wakaja watu waliovaa mavazi ya ajabu na

kumnunua Digiri. Akapelekwa kwenye hema kubwa iliyokuwa na wanyama wengine kama vile tembo, simba na duma. Wanyama hao walifanya vijimambo vya ajabu. Hapa ikawa ndipo maskani kwa miaka mingi. Akafundishwa kufanya vituko haswa kusema na kuandika lugha ya watu. Akawa mwanasarakasi na akatembelea sehemu mbalimbali kushiriki tamasha hizo.

Hali ikaendelea hivyo hadi pale siku moja Digiri alikataa kushiriki tamasha. Akagoma. Akamwambia kinagaubaga mwenye sarakasi kuwa amechoshwa na kunyanyaswa. Ndipo akajipata kwenye zizi lile.

Pale zizini wote wakashangaa kuyasikia haya yote. Kumbe kimya, kimya si ujinga, ni maneno ya kupeleleza. Maji yaliyotulia kweli yana kina kirefu. Kwa muda wote Digiri alikuwa pale hasemi mengi ila mpole na mnyamavu wakadhani hasemi kwa kuwa hakuwa na la kuchangia mjadala. Sasa wao ndio walikuwa kimya kwa kukosa la kusema. Walivyofikiria na walivyodhania imekuwa sivyo. Walimhukumu Digiri bila hata kumpa fursa ya kujitetea. Ukienda kwa wenye chongo, vunja lako jicho, aliamini Digiri. Lakini sasa alipata fursa mwafaka ya kutumia kipawa chake.

"Kwa hivyo kuna mengi muhimu unaweza kuchangia ili kufanikisha tunayopanga." Mpunda akasema.

"Haswa!" Digiri akaitikia.

Siku zilizofuata punda wote wakashiriki kupanga mipango ya kumsaidia Mpunda ahepe zizini ili awasilishe malalamiko Bungeni. Digiri akafanya juhudi ya kuyaandika malalamiko ya punda akitumia lugha ya watu.

* * *

Siku ilipowadia wakatekeleza mpango kama walivyoafikiana. Digiri akaandamana na Mpunda kusudi amwelekeze njia ya kufika Bungeni. Jiji liliendelea na shughuli za kila siku na watu hawakuwajali sana punda wawili waliokuwa wakitembea kandokando ya barabara.

Bunge lilikuwa jumba la kifahari sana lililojengwa kwa ustadi na kupambwa kwa nakshi ya kuvutia. Watu wengi walifika kujionea jumba hili lililo ishara ya umoja wa kitaifa. Wawakilishi wa watu kutoka sehemu mbalimbali walilitumia jumba hili kuunda sheria zilizotumika kote nchini. Waliunda sheria kuhusu usalama, matumizi ya fedha, maendeleo, umoja na biashara. Pia, waliunda sheria kuhusu hali ya hewa, maji, ukulima, ufugaji, uvuvi, elimu, ndoa na mengineo mengi. Muhimu zaidi, Digiri aliwaeleza kuwa bunge liliunda sheria kuhusu maisha ya watu na wanyama, haswa kuhusu mahusiano ya viumbe hawa wawili. Bunge linaweza kubadilisha sheria na kuwezesha maisha ya punda wote kuwa bora zaidi.

Lakini pia bungeni palikuwa ni pahali ambapo pamekosa heshima na uajibikaji kwa miaka ya hivi karibuni. Wale wajumbe waliopaswa kuwa "waheshimiwa" walikuwa na mienendo yenye kudhalilisha heshima ya bunge. Walikorofishana. Walipigana. Walitukanana. Walipiga firimbi kama wahuni. Walirushiana vitabu na kumwagiliana maji ndani ya bunge. Hata wengine walirarua chupi za wengine. Wapo pia wale walikuwa walevi, matapeli na walafi waliotumia nafasi walizopewa kuwahudumia raia kujitajirisha. Walijijengea makasri ya kifahari, magari makubwa, helikopta, na mavazi ya gharama kubwa mno. Badala ya kuunda sheria za kuiboresha jumuiya, waliunda sheria za kujitajirisha tu. Si ajabu walipoteza sifa zao za kuwa waheshimiwa na kurundikiwa jina la utani "wezi wa miwa."

Licha ya habari hizo zote, punda wakaamua wawasilishe malalamiko yao. Kufika langoni wakaona magari kadha yanaingia kwa kasi nao wakaingia. Baada ya magari kuingia na walinzi kuacha kupiga saluti walikimbia kuwafikia punda waliokuwa wameshaingia eneo la bunge.

"Hei, ninyi punda mnafikiri mnaenda wapi? Tokeni mara moja." Mlinzi akawakemea na kujaribu kuwaondoa.

"Tunataka kuwasilisha..." Digiri akaanza.

"Hee! Punda umesema kitu?" Mlinzi akayakodoa kwa kutoamini.

"Haswa. Tumekuja kuwasilisha malalamiko..." Mlinzi hakustamili kipigo cha mshangao. Akayakondoa macho zaidi na kuanguka polepole. Akazirai. Walinzi wenzake wakakimbia kumsaidia. Wakati huo Mpunda na Digiri wakapata fursa ya kufululiza ndani na kuingia bungeni.

Mpunda akaisukuma milango mikubwa ya kifahari iliyokuwa na nakshi ya kuvutia sana. Milango ilipofunguka wakasikia kelele nyingi kuliko waliyoisikia sokoni. Wabunge walikuwa wamezama kwenye vurugu zao na hawakuwaona. Mpunda akasafisha koo na kutoa mlio wake wenye kiasi cha ngurumo "Hiiiiiiiii hoooooooo!"

Wajumbe wote wakashangazwa na sauti ya ajabu pale bungeni. Wakanyamaza. Wote wakayaelekeza macho mlangoni. Kimya kikatanda. Mpunda akamwashiria Digiri aendelee.

"Huyu ni Mpunda na mimi ni Digiri. Tumekuja kuwasilisha malalamiko ya punda wenzetu." Alipokuwa akisema, baadhi ya wajumbe walizirai nao waliokuwa na fahamu wakaanza kutorokea milango ya hali ya dharura. Baadhi ya wanahabari wenye zao wakalenga kamera ipasavyo. Digiri akatoa maandiko yake yote kuhusu malalamiko ya punda.

"Sisi tumechoka. Tumechoka kupigwapigwa bure. Tumechoka kubebeshwa mizigo mizito bila huruma. Tumechoka kunyanyaswa. Tunadai haki zetu." Digiri akaendelea kusoma malalamiko yote waliyokuwa wameandika.

Mara mjumbe wa Limulul akasimama na kufoka. "Ndiye huyu punda mchochezi aliyesababisha mgomo mbaya kwangu Limulul. Kwa nini, Bwana Spika, tunamsikiliza mnyama huyu? Kwa nini punda wameruhusiwa kuingia bunge?" Wabunge wengine wakawa wamepata fahamu pia na kuanza kupiga mayowe wakidai punda waondolewe bungeni.

Punde walinzi wengi wakafika na kuwakamata Mpunda na Digiri. Wakacharazwa mijeledi na kuwaelekeza nje walikosubiri lori iletwe. Umati mkubwa wa watu waliokuwa wakifuatilia matangazo ya bunge kwenye redio na runinga zao ulikimbia bungeni kumwona punda anayesema lugha ya watu. Wanahabari wakanasa kila tukio.

"Haki yetu! Haki yetu! Tumechoka kunyanyaswa! Tumechoka!" Digiri akaendelea kusema walipokuwa wakifurushwa bungeni. Akamwambia Mpunda aseme pia kwa lugha ya punda kwenye kamera kusudi punda watakaokuwa karibu na redio ama televisheni wasikie.

"Hii hoo! Umoja wa punda, hii hoo! Tunadai haki zetu na za watoto wetu, hii hoo! Hatuogopi na hatutasita hadi tupate haki zetu, hii hoo! Tumechoka kunyanyaswa, hii hoo! Tuungane sote na tudai haki, hii hoo." Mpunda akaendelea kusema.

Baada ya kizaazaa na vurugu pale bungeni, lori liliwarejesha pale zizini na kuwafungia. Lori lilifuatwa na magari ya wanahabari.

* * *

Habari za punda waliowasilisha ujumbe bungeni zilienea kwa kasi. Kilichowashangaza wengi ni kuwa punda wawili waliweza kufika bungeni na kuwawakilisha punda wenzao vyema kuliko vile baadhi ya wajumbe walivyowakilisha maeneo yao. Lakini la kushangaza mno ni yule punda aliyeweza kusema lugha ya watu.

Waliokuwa wamepata kuhudhuria sarakasi walimtambua Digiri kuwa yule punda aliyewatumbuiza kwa kipawa cha kusema na kuandika lugha yao. Wale ambao hawakuwa wameenda sarakasi walikumbuka visa vya misahafu kuhusu punda aliyeitwa Balamu, aliyesema lugha ya watu. Lakini hayo yalitokea zama za kale sana nyakati za enzi ya miujiza ya Mkombozi. Wakafikiria kuwa siku ya kiama iliyotabiriwa na manabii imewadia. Wakazidisha sala na kutubu dhambi zao.

Wanahabari nao wakawa na siku iliyosheheni habari kemkem. Magazeti yakasheheni vichwa vya habari vilivyovutia na kuuza magazeti kwa haraka.

PUNDA AHUTUBIA BUNGE

SIKU YA KIAMA YAKARIBIA

PUNDA ASEMA KAMA MTU

'MHESHIMIWA' PUNDA ADAI HAKI

MAPINDUZI YA PUNDA YAANZA

PUNDA AITISHA MGOMO

KASHESHE BUNGENI

Watu walipiga simu kutoa maoni yao kwenye vipindi vya redio na televisheni. Idadi kubwa ikashangazwa na kipawa cha punda kusema lugha ya watu. Wakashangaa iwapo wanyama wengine kama vile ng'ombe, mbuzi, na mbwa wanafahamu na kujua lugha hii. Wengine wakawashtumu walinzi wa bunge kwa kuishusha hadhi ya bunge. Wakataka walinzi wafutwe kazi mara moja. Wengine wakasema ni heri punda wangepewa nafasi ya kusema yote waliyokuwa nayo.

Wenye kuzitetea haki za wanyama wakaunga mkono matamshi ya Digiri na kuwaomba watu watunze wanyama kwa huruma zaidi. Lakini wale kutoka maeneo kama Limulul kunako punda wengi wakasisitiza kuwa punda ni kiumbe duni ambaye amelaaniwa kubebeshwa mizigo mizito na kucharazwa mijeledi. Mjadala ukaendelea.

Hali ilibadilika pale zizini tangu warudi kutoka bungeni. Magari ya wanahabari kutoka sehemu mbalimbali yaliegeshwa nje ya zizi. Wanahabari walitumaini kupata habari zaidi kuhusu hawa punda walioteka makini ya nchi nzima. Walitaka kupata habari kamili kuhusu punda mwenye kipawa cha kusema na jinsi wanyama hawa walivyopanga njama za kuwasilisha malalamiko yao.

Walikuwemo pia wanaharakati na wapigadebe wenye kutetea masuala tofauti. Kuna waliowataja Mpunda na Digiri kuwa wafungwa wa kisiasa kwa vile walifungwa kwa kudai haki za punda. Kuna waliodai wanyama wanapaswa kutendewa huruma na walitaka kukagua walivyotendewa pale zizini. Walikuwepo pia waumini ambao walifika kuabudu wakiamini na kukumbuka maandiko matakatifu yaliyoelezea jinsi punda alimhudumia Yesu na hata kutumika kufikisha ujumbe mkuu kama alivyofanya punda wa Balamu.

Sura ya Tano

Alfajiri na mapema siku iliyofuata mlio wa punda ukasikika kutoka kilimani. Mlio huu ulikuwa wa ajabu. Olepunda aliamka kwa ghafla. Aliukumbuka mlio huo. Ilikuwa ni mbiu ya mgambo ambayo kidogo alikuwa ameisahau tangu afike jijini. Akawaamsha wenzake kwa haraka.

"Sikizeni! Sikizeni! Mbiu ya mgambo inalia." Olepunda akawaamsha.

"Nini? Unaota ama nini Olepunda? Mbona unatusumbua mapema hivi?" O'punda akalalamika.

"Hamsikii mlio huo? Tunaitwa. Lazima tuondoke."

Wenzake hawakufahamu kilichompata Olepunda asubuhi hiyo hadi alipowaeleza kuhusu kongamano la Ole Tepesi.

Kila mwaka, mbiu ya mgambo inapolia punda wote wa eneo la kusini huacha kazi na kuelekea bonde la Ole Tepesi katika eneo la Orekajuado. Wakati ukiwadia, Punda Mukuru wa Ole Tepesi hutoa mlio maalum unaosambazwa na punda yeyote anayeusikia kutoka kwa Mukuru ama punda mwingine. Maadamu mlio maalum huashiria mwaliko kufika Ole Tepesi.

"Mbona mlio huo haujapata kufika Murikoini wala Limulul. Je, wanapokutana wanafanya nini kule Ole Tepesi?" Mpunda akadadisi.

Olepunda akamweleza kusudi kuu ni kuimarisha ujamaa wa punda, kufurahia umoja, kufuta jasho pamoja. Haswa ni wakati maalum wa kula matawi ya *okoshashi* ambayo yanaponyesha mwili na kuuongeza nguvu. Likizo huendelea kwa mwezi mmoja na baadaye punda wote hurudi makwao.

Mpunda alivutiwa sana na habari hizi na akamwomba Olepunda ausambaze mwaliko kwa mlio huo maalum. Akaamua ni lazima ahudhurie kikao cha mwaka huo kusudi aweze kuwahamasisha punda wenzake wajiunge na mapambano ya kutetea haki zao. Aidha punda wenzake wakaamua kuhudhuria kikao cha Ole Tepesi.

"Mbiu inaposikika, safari huanza alfajiri ya siku ya pili. Ni muhimu tuandamane na punda wa vijiji vingine kwa vile safari ni ndefu na ina changamoto nyingi." Ole punda akawatahadharisha.

"Tukiondoka hawa wanahabari wote waliopiga kambi hapa watatufuata na pengine kusababisha walinzi watuzuie kufika Ole Tepesi. Ni muhimu tuwape habari zaidi za kuandika ili waondoke hapa. Pengine tuwe na kikao tuwaelezee malalamiko yetu. Bila shaka wataondoka." Digiri akashauri.

"Hilo ni wazo zuri. Wewe utasema kwa lugha yao nami nitawahamasisha wenzetu kwa lugha yetu." Mpunda akapendekeza.

"Lakini sioni haja ya kusema na wanahabari. Ni bora tuondoke tu na wakitufuata watachoka." Kippunda akanena.

"Tutakapotoa malalamiko yetu kwa wanahabari ni muhimu tutaje kuwa matakwa yetu yasipotimizwa tutaitisha mgomo wa kitaifa. Na safari ya Ole Tepesi ikianza watu watapata shinikizo zaidi. Ama vipi?"

"Wengine wameshuhudia misafara ya kila mwaka kuelekea Ole Tepesi. Lakini hawa wa jijini huenda wakapata kiwewe wakiona msafara wa punda."

Punda walitoka zizini, wakiongozwa na Mpunda na Digiri,

kuelekea sehemu ya ua walipokusanyika wanahabari. Mkurupuko mkubwa ukatokea wanahabari wakitayarisha vyombo vyao. Wengi walikuwa wakisoma magazeti na kuviangalia visimu vyao bila kuwa na fununu kuwa habari kubwa waliyongojea kuiandalia dunia ilikuwa tayari kupakuliwa. Wenye kamera wakapiga picha. Wenye vinasasauti wakaviandaa kunasa kila neno. Nao wenye kuandika wakatoa kalamu na vijitabu vyao. Wote wakashindana kupata nafasi mwafaka karibu na punda wale kusudi washuhudie kila litakalotokea na kusemwa.

Digiri alianza kwa kuwaelezea wanahabari kuwa huu ulikuwa ni mkutano wao na wanahabari wa pekee na hawatakuwa na mwingine hata kidogo. Aliwaomba wanahabari waondoke pale zizini baada ya mkutano ili punda wapate fursa ya kuishi bila kusumbuliwa na mataa yao na mingurumo ya magari yao. Alisema iwapo watakubaliana kwa jambo hilo muhimu, mkutano ungeendelea. Baada ya vuta nikuvute ndogo walikubali kuondoka baada ya mkutano huo.

Digiri: Kwa vile tumekubaliana jambo hilo muhimu, basi tuendelee. Mimi ninaitwa Digiri na ninawakilisha maoni ya punda wenzangu kwa vile ninaweza kusema lugha yenu na lugha yetu…

Madawa: Ulijifunza lugha wapi?

Digiri: Kutakuwa na wakati wa maswali baada ya sisi kuyataja mawili au matatu. Baada ya yale nitakayowaambia, Mpunda atapata fursa ndogo ya kuwazungumzia punda wenzetu kwa lugha yetu. Sawa?

Wanahabari: Sawa! Endelea.

Digiri: Kwanza kabisa nyote mlishuhudia yaliyotokea bungeni.

Sisi punda tulienda kuwasilisha malalamishi kwa wale ambao wanatunga sheria za watu, wanyama, ardhi na kila kitu nchini. Tukaenda kwa nia njema na kwa amani. Lakini mliona jinsi tulivyofurushwa bila heshima na bila kusikilizwa. Tungependa kusisitiza tena. Sisi punda tumechoka. Tumechoka kunyanyaswa. Tumechoka kucharazwa viboko bila sababu. Tumechoka kubebeshwa mizigo mizitomizito bila kujali afya yetu. Tumechoka kuonekana kama viumbe duni…

Jefu: Wamae! Wamae! Mooooooooshi! Tuite G4S! Kwa kifupi ninyi punda mnataka nini? Eeeh! Kwa kifupi mnataka mambo gani? Mungu wangu!

Digiri: Tulia! Sisi tunataka heshima. Punda waache kupigwa kiholela! Punda waache kutendewa kama viumbe duni! Punda wapate fursa ya kupumzika. Kumbuka sisi tulimbeba Kristo kufika Bethlehemu. Sisi tulimsaidia Samsoni kushinda maadui zake. Sisi tulitumiwa na Mola kufikisha ujumbe wake kupitia punda wa Balamu. Na bila usaidizi wetu, watu hawangekuwa wamepata maendeleo kwa karne hizo zote. Kwa kifupi, tunataka haki yetu! Tunataka tuheshimiwe! Tunataka tuache kunyanyaswa! Sasa nitampatia Mpunda fursa aelezee kwa lugha yetu ya punda.

Mpunda akanena machache kwa lugha ya punda. Muhimu zaidi akawaomba punda wenzake waungane ili wafanikishe harakati hizi za kujikomboa. Akaeleza machache kuhusu Limulul na kuwahimiza wasife moyo. Akasimulia mambo yasipobadilika wataitisha mgomo wa punda wote. Na akawapa mfano wa Ole Tepesi. Akawakaribisha wahudhurie na hatimaye akamwita Olepunda atoe mlio maalumu. Olepunda alipotoa mlio wanahabari wakashtuka.

Jefu: Mambo gani sasa? Eeh! Kelele gani hizo tena? Anafikiri yeye ni nani atupasue masikio? Jiiiiiizzzzz!

Digiri: Kabla nichukue maswali, tungependa kusema kuwa masharti yetu yasipotimizwa, tutaitisha mgomo wa kitaifa. Tutaomba punda wote wasusie kazi.

Madawa: Unatisha watu na mgomo? Si huo ni ujeuri?

Digiri: Hatutishi tunasema yatakayotokea.

Madawa: Wewe sasa ndiye kiongozi wa punda wote? Ukiitisha mgomo utashtakiwa kwa hila za kuhujumu uchumi na utafungwa jela.

Digiri: Hatujali kufungwa. Tayari sisi tuko jela.

Tinina: Mgomo huo unaoitisha utaanza na utaendelea hadi lini?

Digiri: Kwanza tuone jinsi malalamishi yetu yatakavyoshughulikiwa ndipo tutakapoamua jinsi ya kusonga mbele.

Tembo: Wasikilizaji wetu wa idhaa ya Kanyoni FM wangependa kujua ulijifunza wapi kusema na kuandika lugha ya watu.

Digiri: Sisi sote tuna vipawa tulivyopewa na Muumba wetu. Tukivipalilia kwa udhati tutashangaa kugundua uwezo wetu.

Tembo: Lakini inasemekana ulifunzwa wakati ulikuwa unashiriki katika sarakasi.

Digiri: Hapo niliweza kupalilia kipawa hicho zaidi. Muhimu ni kuwa tufikirie punda wote kutoka Turukama hadi Wamu, Mambosasa hadi Nyairobi, Limulul, Gatura, Nyairoko, Masii, Oloitokatoka na kwingineko wanaovunjwa miguu bila sababu. Wanaokufa njaa. Wenye vidonda mgongoni kutokana na mijeledi.

Jefu: Nimepata ujumbe wa Twita kutoka kwa mjumbe wa Limulul anasema "Hao ni punda wachochezi na wanaojitakia makuu. Mwambie tukutane kesho kwenye kipindi chako. Punda wa Limulul hawataki upuzi huo." Naye Loresho katika @loreshoc anayesema ni mtafiti wa punda anasema "Yale punda hawa wanasema ni kweli. Sisi tumekuwa wakatili sana kwa wanyama ambao wametusaidia sana." Unasemaje? Utakuja kwenye kipindi changu JKG4S kujadiliana na mbunge huyo?

Digiri: Kama tulivyosema awali hatutakuwa na fursa nyingine na wanahabari. Tutachukua swali moja la mwisho. Ndiyo. Wewe.

Aljazia: Una ujumbe wowote kwa punda wengine duniani?

Digiri: Ujumbe ni mmoja: Sisi punda tumechoka na tunataka hali ibadilike!

Loleni: Sijui kama mmeyafikiria haya kwa makini. Mkigoma watu wataendelea kutumia magari, ngamia, ng'ombe na njia zingine za uchukuzi. Mtakuwa hampati chakula wala pahali pa kulala. Mgomo ukiendelea mtabaki kujiunga na binamu zenu pundamilia na mtawindwa na kuliwa na simba. Chui na fisi nao watawawinda. Ukoo wa punda utaangamia na tutawafuga pundamilia ambao wana ngozi ya kuliwaza macho.

Digiri: Liwalo na liwe! Hatutishiki. Hatutingiziki. Hatubabaishwi. *Hatupangwingwi.* Tutaendelea kuipigania haki yetu! Haya basi kwaherini.

Punda wakarejea zizini. Wanahabari wakavifunga virago vyao na kuondoka. Mara tu mwenye kulisimamia zizi akarejea kutoka shughuli zake za siku jijini.

Pale Ole Tepesi, ngurumo za radi zilisikika na usiku ulikuwa unabisha hodi. Ikambidi msimulizi akifunge kikao.

* * *

Ole Tepesi ni kijiji kidogo katika eneo la Keja ya Doo. Ni kijiji kilichoko katika sehemu tambarare yenye mvua tosha na udongo wenye rutuba. Mashamba yamenawiri, mifugo imelishwa ikashiba, mimea inakuwa kwa wepesi, na wanakijiji wana wingi wa vyakula. Upeo ya macho ipo milima inayosimama wima kukikinga kijiji. Upo mto mkubwa unaotiririka kwa kasi kutoka mlimani kuelekea baharini. Haraka isiyo na baraka. Hata wanyama pori wanaoishi sehemu hiyo wanatambua hatari za kujaribu kuuvuka mto pasi na utaratibu.

Safari kutoka Nyairobi kuelekea Ole Tepesi inapitia barabara ya Ole Kitheria kuelekea Ole Polo. Kuna nyika inayovutia macho ya watu na wanyama. Msimu wa mvua kuna mvua inayolowesha chepechepe na kusababisha udongomaji kibao. Msimu wa kiangazi haukosi vumbi kiasi tosha na wadudu wasio haba.

Kila mwaka, punda wa maeneo ya mbali kama vile Nanga, Ngorerei, Arusa, Usambaa na Nyoibasha wanakusanyika. Msimu wa mvua ukiisha majani ya mti wa Okoshashi huwa yamenawiri sana na kutoa harufu ya manukato inayowakaribisha punda. Upepo unapovuma huisafirisha harufu hii ya manukato kwenye pembe zote za nchi. Kila punda hana shaka kuufahamu mwaliko mwema anapoinusa harufu hiyo. Ni harufu wanayoingojea kwa hamu kubwa mwaka mzima. Ikiambatana na mlio maalum wa Mukuru, harufu huashiria ujumbe mmoja: Likizo imewadia. Karibuni Ole Tepesi!

Punda wanapoupata ujumbe, huanza kujiandaa kusafiri kwa makundi ili waweze kujihami vyema kutokana na mashambulizi ya simba na walanyama wengine. Kanuni ya upunda wema inamshauri punda yeyote apatapo mwaliko awatangazie wenziwe. Pili, safari ikiwadia watembee kwa makundi na wawalinde wachanga, wazee, wagonjwa, na walio na mahitaji maalum. Aidha, siku ikiwadia, wasijisumbue kuomba ruhusa ya kwenda likizo. Waondoke na watakaokatazwa wasitii amri hiyo butu. Waondoke tu. Vilevile wawe na nidhamu safarini wasijiletee shida.

Sura ya Sita

Siku ya safari ilipowadia Mpunda na wenzake walirauka asubuhi na mapema. Walitaka kupasua mbuga kabla jua la mchana halijashika moto. Aidha, walitaka kuondoka kabla magari ya kuingia jijini hayajasongamana barabarani. Digiri alikuwa mtaalamu wa kufungua milango. Wakashika mwendo unyounyo kuvuka vilima na mabonde. Wakapitia mashamba ya watu bila shida kwa vile wengi walikuwa bado wanaelea katika wingu la usingizi. Hapa na pale mbwa wakabweka. Kila walipopitia vijijini punda wengine walijiunga nao na mara kundi likawa kubwa.

Walipofika nje ya viunga vya jiji, jua lilikuwa linachomoza. Punda mmoja aliyeonekana amekula chumvi kidogo akawaongoza kwenye kilele cha kilima. Mwendo wake ulikuwa wa taratibu na alisimamasimama kila mara kupunga hewa. Punda wengine walimwomba aongoze safari kukwea kilima ili waende kwa mwendo wake. Walipofika kilele walishangaa kuona bonde kubwa lisilo mipaka hadi upeo wa macho.

"Mnaiona ile milima iliyo kule-e-e kuliko upeo wa macho?" Zeepunda akawaelezea kwa lugha yao ya punda.

"Huko ndiko tunakoelekea. Nimeifunga safari hii miaka sitohesabu na huenda hii ndiyo itakuwa ya mwisho. Ingawa roho inatamani, mifupa na misuli yangu haitaruhusu mwaka ujao. Tutashukia upande wa kushoto. Tutapiga nusu mzunguko kupita msitu ule wenye walanyama hatari. Kisha tuendelee hadi ziwa lile mnaloliona huko mbele. Hapo tutaungana na wenzetu kutoka sehemu za magharibi. Kama hawajafika tutawasubiri. Tutafululiza na kufika kesho." Zeepunda alielezea.

"Tunakushukuru sana kwa maelezo na uongozi wako. Mimi ninaitwa Mpunda na hii ni mara yangu ya kwanza kusafiri likizoni." Mpunda alimkaribia Zeepunda na kumpapasa shingo kidogo.

"Alaaa! Sauti yako naifahamu. Ni wewe yule punda wa jijini aliyesikika kwenye redio? Ni wewe?" Zeepunda akanena akimkaribia.

"Ndiyo! Mimi na wenzetu tumeamua kujionea na kusikia yale yanayoendelea likizoni. Nitafurahia sana kusikia mawaidha na ushauri wako tukiendelea na safari hii. Pengine ni muhimu kila punda hapa ajitambulishe ili tuweze kujuana vyema." Mpunda akashauri umati.

"Kwa majina mimi ninaitwa..." Wakaanza kujitambulisha kila mmoja. Alpunda. Bospunda. Elpunda. Dipunda. Kampunda. Digiri. Opunda. Ole Punda. M'mpunda. Musyopunda. Kazupunda. Nyapunda. Kimrpunda. Kimngepunda. Kwampunda. Wapunda. Na majina mengi mengineo kutoka kila pembe.

"Asanteni nyote. Inaonekana wakati huu tumepata wageni wengi kutoka mbali. Karibuni sana wanangu. Kumbukeni safari tunaenda pamoja. Hakuna kuwaacha nyuma wengine kama sisi. Hatuko kwenye mashindano ya kufika Ole Tepesi. Shida tuikabili pamoja. Adui tumkabili pamoja. Ushindi ni wetu pamoja. Hiyo ndiyo kanuni ya upunda mwema." Zeepunda akawahimiza.

Baada ya kikao, wakaendelea na safari. Walipokuwa wakishuka kutoka kile kilima mawingu yalitanda kwa kasi na mvua kubwa sana ikaanza kunyesha. Hapakuwa na miti ya kujikinga mvua na njia nyembamba ya kuteremka ilianza kuteleza.

Ghafla kukatokea mkurupuko na milio kutoka punda

waliotangulia msafara. Wote wakashtuka na hisia za kujihami zilitawala maamuzi. Wakatimka na kusongamana. Wengi wakaanguka na kuwaangukia wengine. Wengine wakaruka juu ya walioanguka. Lakini njia ilikuwa nyembamba na telezi. Mlio wa hatari ukasikika tena na wote wakarudiwa na fahamu kutambua kuwa mmoja wao alikuwa hatarini. Wakarudi kutambua kisa na maana.

Pale wakamwona satu mkubwa ajabu amembana punda mmoja mguu. Alikuwa akijaribu kumwangusha kusudi amkunje kama rundo la majani mabichi ammeze mzimamzima. Hofu ikawashika lakini maneno ya Zeepunda yakawa kama mwangwi kwenye nafsi zao. "Hakuna kuwaacha nyuma wengine kama sisi. Shida tuikabili pamoja. Adui tumkabili pamoja."

Mpunda ndiye alikuwa wa kwanza kumrukia yule satu na kumkanyagakanyaga. Kisha akajikinga na punda wengine wakashiriki kupambana na satu. Alikuwa satu mkubwa na alijikakamua kupata mlo wake. Nao punda waliamini kumwokoa mwenzao asiwe chakula cha satu. Pambano likaendelea lakini miguu ya punda ilimzidi satu. Akajeruhiwa vibaya. Akauachilia mguu wa punda yule na akaanza kutambaa mafichoni. Bado punda wakamwandama kwa hasira na kumkanyagakanyaga kabla ajifiche shimoni. Mvua ikaendelea kunyesha.

Kizaazaa kilipokwisha punda aliyekuwa hatarini alisimama na kuanza kutembea. Lakini hakuweza kutembea vizuri kwa vile mguu wake ulikuwa umeteguka katika vuta nikuvute na satu yule. Aidha, punda wengine, akiwemo Zeepunda walikuwa wamepata majeruhi ya aina aina katika kivumbi kile. Wengine walikuwa wamepata majeraha ya misuli na wengine ya viungo.

Ingawa majeraha yalipunguza mwendo wa safari, wote walishukuru hakuna aliyejeruhiwa vibaya sana wala kupoteza maisha. Kwa utaratibu wa mwendo wa kinyonga, wakifuatana unyounyo, safari ilikuwa ya kusonga na kusimamasimama. Mpunda alitembea karibu sana na Zeepunda. Alijitahidi awezavyo kupata wosia, ushauri na elimu yoyote kutoka kwa Zeepunda. Alilifurahia gumzo. Pia, alisonga mbele ya msafara na kurudi hadi mwisho akiwahimiza wenzake.

Aliwachekesha na kuwapa misemo ya hekima aliyoipata kutoka kwa Zeepunda ili kuwapa moyo safarini. Digiri, Ole Punda na waliotoka zizi la jijini pia walifuata mfano huohuo. Kutoka mwanzo hadi mwisho wa msafara, sauti za kuongezea motisha zilisikika. Kwa ustadi waliweza kuibadili baadhi ya misemo maarufu:

"Atunyimae adesi, katupunguzia mashuzi."

"Baada ya dhiki, faraja kule Ole Tepesi."

"Fadhila ya binadamu ni viboko."

"Kipendacho moyo ni dawa ya majani ya Okoshashi"

"Anayekataa wengi ni mchawi."

"Kwenda mbio siyo kufika"

"Anayetafuta hachoki; akichoka keshafika Ole Tepesi."

"Likiwika, lisiwike, tutafika Ole Tepesi."

"Atambaaye na nyasi, mtambulie ni satu."

"Milima ya mbali, haina mawe."

Safari ikaendelea. Ingawa walitamani kufika ziwani jioni ile na kujiunga na kundi kutoka sehemu za magharibi, haikuwa hivyo. Iliwabidi wapige kambi eneo fulani karibu na msitu. Kwa mujibu wa maelezo ya Zeepunda, sehemu hii ilikuwa hatari kwa vile kulikuwa na walanyama. Hivyo basi, wakaamua kufanya duara na kuwazingira wote waliokuwa wadhaifu. Majibabe kama vile Mpunda wakasimama nje ya duara wakiwa tayari kuwakinga wenzao kutokana na hatari.

Mbalamwezi iliangaza sehemu zima ikaonekana kama mchana. Wangeweza kumwona adui kabla awashambilie. Wengi wakajilaza chini kusudi wapate lepe la usingizi. Kimya kikatanda.

Ghafla, wakaamshwa na mtitimko wa wanyama wanaokimbia. Swara, pundamilia, ngiri na walanyasi wengine walikuwa mbioni. Wakajua walanyama wamo mawindoni. Punda wakajikusanya masafa mafupi na wanyama wote wakasimama kusikiliza milio mifupi ya ngiri na swara waliokuwa mashakani.

Wote wakahuzunika kutambua kuwa wamewapoteza wenzi wao wawili usiku huo. Hata hivyo, wote wakabaini walanyama wamepata chakula chao cha usiku huo na huenda hali iwe shwari hadi mawindo yatakapoanza tena usiku utakaofuata. Hivyo ndivyo maisha yalivyo mwituni. Punda walitambua kuwa walanyasi wote walipiga kambi karibu na kundi kubwa la ukoo wa tembo uliokuwa umetulia pale. Walanyasi wote wakajipenya miongoni mwa tembo ili mibabe wale wawe ngome yao hatari ikitokea. Damu ni nzito kuliko maji.

Alfajiri punda walirauka na kuanza safari. Nguvu zilikuwa zimewarejea wote na mwendo ulishika kasi. Majani ya sehemu hii yalikuwa matamu na yaliongezea mwili nguvu. Adhuhuri jua lilipokuwa linapata makali, wakaliona ziwa kwa mbali. Kufika, waliwakuta wenzao kutoka magharibi wakiwasubiri. Lilikuwa kundi kubwa zaidi ya kundi lao na kwa pamoja walikuwa punda si haba. Wakafurahi sana kukukutana. Wakaruka. Wakaivingirisha mikia yao. Wakarusharusha mateke kwa furaha. Wakasuguana shingo na magoti kujuana. Wakakenua meno. Wakajigaragaza mchangani na kujitumbukiza majini kwa furaha. Baada ya kupunga hewa, safari ya Ole Tepesi ikaendelea. Msafara ulikuwa mkubwa sana na hata walanyasi wengine walipata usalama walipojumuika na kundi hili.

* * *

Hali ya hewa ilikuwa tulivu. Jua liliwaka. Mawingu yalitanda. Upepo mwanana ulivuma. Kijiji cha Ole Tepesi kilikuwa katika hali ya mchangamko kuwakaribisha punda. Tayari punda kutoka maeneo ya kusini walikuwa wamewasili na kuelekea kwenye vichaka vya karibu kuvinjari matawi ya mmea wa ajabu.

Kundi la akina Mpunda lilipowasili, msisimko uliongezeka maradufu. Walikaribishwa na punda wenyeji wa Ole Tepesi wakiongozwa na Punda Mukuru. Milio ya punda ikapanda kama kwaya inayoongozwa kwa ustadi. Vumbi ikatimka punda walipokimbia kukaribishana na kujuana. Wengine wakajigaragaza kwa furaha. Wengine wakarusharusha mateke kwa furaha huku wakiyalipua mabomu ya shibe. Wazee walikuwa taratibu ingawa furaha ilikuwa mithili ya mabarubaru waliokuwa na nguvu ya kudhihirisha furaha ya nyoyo zao. Ole Tepesi inaibua furaha maalumu inayotokana na uhuru, undugu, ushirikiano na chakula kochokocho.

Mpunda akaichukua fursa ile kuweza kujitambulisha kwa punda wengi awezavyo. Wengi waliweza kumtambua kwa wepesi kutokana na kisa kuhusu uvamizi wa bunge. Wengine walikuwa wamesikia kuhusu masharti aliyoyatoa katika mkutano wake na waandishi wa habari. Ilhali wengine walikuwa wamesikia habari kuhusu mgomo wa Limulul kupitia njia ya mapokezi.

Mpunda alifurahi kuwa habari kuhusu harakati za kuwakomboa punda zilikuwa zimetanda sana. Yeye na Digiri walitumia muda mwingi sana pale Ole Tepesi wakizungumza na kuwahamasisha punda kutoka kila pembe iliyowakilishwa pale. Wengi walikubaliana naye ingawa kuna wale ambao hawakushawishika kuwa mgomo unafaa.

Wenye shauku, hasa wale kutoka maeneo ya wenyenazo, walidai kuwa kugoma ni kupoteza wakati na kuhatarisha maisha ya punda. Walitoa mfano wa Limulul. Pia, walidai binadamu ana uwezo mkubwa wa kuuangamiza mgomo na hata kuendeleza uchukuzi bila punda. Magari na malori yangetumika na kuwaacha punda kuishi kama wanyama wa mwituni. Lakini Mpunda akaendelea kuwashawishi wenye shaka. Katika vikundi vidogo na hata makundi makubwa, waliendeleza mjadala usiku na mchana.

Watu wanaoishi Ole Tepesi walifurahi kila mwaka kuuona umati mkubwa wa punda. Pamoja na kuwa walikula mimea iliyonawiri kwa wingi tu msimu huo. Mimea ambayo mifugo wao hawaipendi. Kwa hivyo, walifurahi kuwaona wakila kwa wingi matawi hayo. Msimu huu walishangaa kuwaona punda wengi zaidi lakini kilichowashangaza zaidi ni kuwa msimu huu punda hawakuchezacheza kama awali. Wengi walishinda kwenye vikundi. Walipoangalia zaidi waliona kuwa kuna kundi la punda wachache ambalo linazingirwa zaidi na hata kuzunguka zaidi kutoka kundi moja hadi lingine.

Walipotazama kwa makini zaidi walitambua kuwa kongamano la msimu huu lilikuwa na wageni wasiokuwa wa kawaida. Waliona wale punda waliokuwa wakizunguka na kuzungumzia wenzao ni wale walioonekana kwenye runinga wakiwa bungeni na baadaye wakiwahutubia wanahabari. Hata walimwona yule punda mwenye uwezo wa kusema kama binadamu. Lo salala! Hamkani si shwari tena! Ole Tepesi imebadilishwa kuwa ngome ya uchochezi. Ikawabidi wafanye yale waliopaswa kuyafanya.

Sura ya Saba

Mpunda alizoea kurauka mapema. Daima akiamka alijinyosha na kupunga hewa safi ya alfajiri. Alipenda utulivu wa alfajiri. Akiwa Ole Tepesi alikuwa akiondoka sehemu ya madukani ambako punda walilala na kutembea kwa mwendo taratibu hadi juu ya kilima na kurudi. Alipenda kuona jua likichomoza nyuma ya milima. Alipenda kuuona ukungu wa asubuhi ambao ulitanda bondeni na kukifunika kijiji.

Leo hii akatembea hadi kilele cha kilima na kusimama kuangazia mashariki. Miale ya jua ilikuwa inaanza kupenyeza nyuma ya milima. Akapumua na kuifurahia hewa safi. Fikra zake zikaambaa kupita milima iliyokuwa inaificha jua. Je, kuna nini upande wa pili? Je, punda wa eneo hilo wanaishije? Wanabebeshwa mizigo na kucharazwa mijeledi? Wanajua kuhusu Ole Tepesi? Kuna punda wengine kama Digiri huko? Huku ndiko Bonde Tulivu walimotoka wahenga wake?

Mawazo yalikuwa yamembana hata hakulisikia lori lililosimama karibu naye. Wala hakusikia wala kuwaona watu walioshuka na kumnyemelea. Ghafla alishtukia amevamiwa. Miguu ikafungwa pamoja. Mdomo ukazibwa hata hakuweza kutoa sauti. Macho nayo yakagubikwa. Akabebwa na kupandishwa lori.

Moyo ukamdundadunda. Akashikwa na hofu asijue la kufanya. Hata kama angekuwa na la kufanya hangeweza maadamu alikuwa amefungwa. Hawa ni watu gani? Kwa nini wamenivamia? Wananipeleka wapi? Wanataka kunifanyia nini? Je, wenzangu wanajua kinachotokea? Ama wao pia wamevamiwa? Heri nisingaliondoka pekee yangu. Tungalikuwa wawili pengine tusingalivamiwa. Pengine Digiri angekuwa nami, pengine tungaliwaona watu hawa na kujihami. Akaendelea kuwaza na kuwazua.

Safari ilikuwa ngumu kwa vile barabara ilikuwa yenye mashimo mengi. Lori lilienda kasi na kila lilipogonga shimo Mpunda alirushwa juu na kushuka kwa nguvu. Mbavu zilimuuma. Mgongo ulimuuma. Alitamani safari ifike kikomo. Mara mwendo wa lori ukapungua kiasi. Barabara ikawa mbaya zaidi lakini baada ya masafa mafupi lori likasimama. Akasikia sauti alizozisikia lango la zizi lilipofunguliwa na kufungwa. Lori likaendelea kwa utaratibu na baadaye kusimama. Akasikiliza kwa makini akiwa bado na hofu ya kutojua yuko wapi na kinachoendelea.

Baada ya kipindi kirefu akafunguliwa miguu kisha vizibo vya macho na mdomo vikaondolewa. Akawa na shida kuyafungua macho kutokana na ukali wa jua. Alipouzoea mwangaza akaliona jumba kubwa sana na maridadi ajabu. Mbali na utanashati wa ujenzi, jumba lilikuwa limezingirwa na bustani za kupendeza sana. Uwanja mkubwa sana ulitanda mbele na nyuma ya jumba. Sehemu za nyuma zilikuwa pia na miti mingi iliyoleta kivuli na kuongezea urembo. Vijumba vingine maridadi vilikuwa karibu na jumba hilo vikigawanywa na ua mfupi wa rangi nyeupe. Ua mkubwa zaidi ulizunguka eneo lote.

Mzee fulani alitoka nyuma ya jumba. Alifika na kumwongoza Mpunda hadi kwenye jumba hilo. Akawa anamsemesha lugha ya watu ambayo Mpunda hakuifahamu. Akatamani Digiri awepo kusudi aweze kumfasiria yanayosemwa. Pengine angeweza kufahamu bayana yanayoendelea. Mzee akaendelea kusema lakini kukawa na kutoelewana. Ndiposa akaanza kutumia ishara.

Mwanzo akamwelekeza Mpunda kando kulikokuwa na chumba chenye mifereji. Kilango kilipofungwa mifereji ikaanza kutoa maji yaliyokuwa na joto wastani. Pofu yenye harufu ya kupendeza ikadondoka huku maji yakiendelea kumiminika. Halafu maji yakazima na hewa yenye joto ikatoka na kuikausha ngozi.

Baada ya kuoshwa, akaelekea chumba chenye sakafu iliyokuwa imetandazwa nyasi nyororo. Pembeni kulikuwa na godoro lililotandikwa juu ya nyasi. Katikati kulikuwa na sufuria mbili kubwa. Moja ilikuwa na maji safi na nyingine karoti na mboga tofauti. Mpunda hakujua haswa kinachoendelea lakini yote haya yalikuwa maajabu kwake. Mzee akamwelekeza kwenye sufuria na kumwashiria ale na anywe. Kisha akamwelekeza kwenye godoro na kumwashiria ailalie. Mzee akaondoka.

Mpunda alipigwa na butwaa. Hakuelewa kwa nini mtu ambaye ana zake anaweza kumteka nyara kusudi amlete kwenye starehe hizo zote. Mtego? Pengine mabaya yaja. Wanajua vitendo vyake? Ama alikuwa ni mtu aliyetaka tu kumpata punda amdekeze? Lakini kwa nini afanye hivyo? Pengine ni mtu ambaye anazielewa shida za wanyama kama yule aliyekutana naye alipoingia jijini kuleta malalamiko. Malalamiko? Ama pengine malalamiko waliyowasilisha bungeni yamekubaliwa na punda wanaanza maisha mapya na mema?

Wazo hili lilimchangamsha nafsi na alifurahia ushindi. Ushindi bila shaka ni mtamu. Lakini ikiwa kweli ni ushindi, mbona wamvamie na kumleta kwa njia ya kumvunjia heshima jinsi hiyo? Mbona hawangewatangazia punda wote kule Ole Tepesi? Mambo haya yote yakawa yanamkanganya. Akahisi njaa. Akala matunda na mboga na akajitandaza juu ya godoro. Ooooo! Akasikia furaha kweli. Akalala.

* * *

Ndoto ikamjia. Alimwona punda aliyepambwa akapambika. Joho jekundu mgongoni, mapambo ya dhahabu shingoni, na taji kichwani. Alitembea kwa madaha huku halaiki ya punda ikimwandama. Umati wa punda ulikuwa umesimama kandokando ya barabara aliyoipitia wakimshangilia. Akatingisha kichwa upande huu na upande ule kuitikia vifijo na nderemo. Umati uliomwandama ukaendelea kukua na kukua. Akafika kwenye kilima kidogo na kukipanda. Akageuka kuwahutubia waliofika. Akajaribu kupaza sauti kusudi wote waliofika wamsikie lakini sauti haikusikika. Akajikaza zaidi na zaidi lakini sauti iliyosikika ni ya umati ukisifu jina lake kwa pamoja. Punda walicheza na kusherehekea. Ikawa karamu kubwa. Hatimaye, punda mwenye joho jekundu akasimama kwa miguu ya nyuma na kutoa mlio. Sauti yenye nguvu na staha ikanguruma kote uwanjani na kila punda akanyamaza na kuwa makini. Punda mwenye joho akajaribu kwa nguvu zaidi kusema na hatimaye akasema, "Wenza…"

Ghafla Mpunda akaamka. Akayakagua mazingira yake. Akaangalia huku na kule. Hakuwaona punda wengine wala punda mwenye joho. Hakuwa shambani kwa mkulima Gitonga. Hakuwa zizini wala Ole Tepesi. Akashindwa yuko wapi.

Punde si punde, mzee akafika na kumletea mboga, karoti, tikitimaji na virojorojo vingine. Baadaye, akamwelekeza kwenye chumba chenye mifereji na kumwosha kwa maji yasiyo baridi. Kutoka hapa akaelekezwa uwanjani alipopata fursa ya kuota jua, kukimbiakimbia, kurusharusha mateke na kubarizi chini ya kivuli cha miti.

Ama kweli uhuru ni mtamu. Mapambano bila shaka huzaa matunda mema. Akazikumbuka siku nyingi alipolala kichakani akiwahamasisha punda wenzake kule Limulul. Akakumbuka harakati kule bungeni. Akaikumbuka safari ya Ole Tepesi. Akaona harakati hizo zote zimewaletea punda maisha mema. Lakini bado hakujua kwa nini alitekwa nyara. Pengine walitaka kumzubaisha. Mwanzo wa ngoma ni lele.

Maisha yaliendelea kuwa mema na Mpunda akawa anayazoea na kuyafurahia. Asubuhi moja akaisikia sauti ya lango kuu likifunguka. Alipotazama, akaliona lori likiingia. Alilitambua lori lile. Lori likaegeshwa sehemu ambayo hakuweza kuona kutoka pale chumbani. Baadaye, akasikia sauti zikikaribia. Mlango wa chumba ukafunguliwa na kufungwa. Mifereji ya maji ikafunguliwa. Mazungumzo yakawa yanaendelea lakini hakujua akina nani walizungumza. Sauti moja aliitambua kuwa ya Mzee aliyemhudumia lakini sauti ile nyingine ilikuwa hafifu hakuitambua upesi ingawa alidhani amepata kuisikia.

* * *

Siku ile Mpunda alitekwa nyara Digiri aliamka na kuelekea sehemu ambapo yeye hukutana na Mpunda. Walizoea kuanza siku yao kwa kutathmini yaliyofanyika siku iliyotangulia na kupanga mikakati ya siku mpya. Leo Mpunda alikuwa amechelewa kufika. Digiri akasubiri kwa muda lakini hakumwona. Akatembea miongoni mwa punda waliokuwa wamelala lakini hakumwona.

Akakimbia kilimani aone iwapo Mpunda ameamua kuzidisha

matembezi yake kuliko ilivyokuwa kawaida. Alipokaribia kilele akasikia mlio wa lori na akasonga kando ya barabara. Alikuwa hajafika kinjia kilichokuwa kandokando ya barabara alipovamiwa na kufungwa miguu na mdomo. Akapandishwa juu ya lori na kuzibwa macho. Lori likaondoka kwa kasi. Baada ya muda mrefu lori likasimama. Akashukishwa. Kamba ikaondolewa miguu yake ila mguu mmoja. Alikuwa ndani ya hema ya sarakasi. Aliitambua na alimtambua mkuu wa sarakasi aliyemfundisha lugha ya watu.

"Hujambo Digiri. Karibu nyumbani. Karibu!"

"Mdosi sitakubali kufanya sarakasi tena. Mambo ya kufanyishwa kazi ya sulubu bado nayakataa."

"Hahahaha! Naona mwanafunzi anamshinda mbinu mwalimu wake. Nilikufunza vyema, Digiri. Nilikufunza vyema. Hata naona umeshika mambo zaidi siku hizi." Mdosi akaangua kicheko cha dhihaka.

"Nimekwambia sarakasi..." Digiri akapasa sauti.

"Usidanganywe wamekuleta hapa kufanya sarakasi. Wanasarakasi tunao wengi na wenye ustadi kuliko wako, Digiri."

"Basi nini cha mno kuniteka nyara na kunileta hapa?"

"Mienendo yako, Digiri. Mienendo yako. Siku hizi umekuwa mkakamavu kweli hata unataka kuwa binadamu kama sisi. Hahaha! Unavamia bunge. Bunge letu la kitaifa! Unashikilia kuwa kiongozi wa punda. Eti mnatoa vitisho vya mgomo wa kitaifa? Unafahamu uzito wa vitisho hivyo? Unafahamu, Digiri?"

"Kumbe haya yanahusu mgomo? Mgomo utafanyika ikiwa..."

"Usiniambie mimi hayo. Sikiliza haya na uyasikilize kwa makini sana. Maneno yenu ni maneno yanayoweza kuleta vurugu isiyojulikana katika taifa letu. Watu wengi hawaoni vitisho vyenu kama jambo la mzaha. Wakuu wa shirika la wakulima na wafugaji wamesema mnayokusudia kufanya yatahatarisha uchumi na maisha ya wengi. Watu wengi wanakubaliana nao. Nimeulizwa nikwambie muache upuuzi huo mara moja. Muache upuuzi mara moja! Unasikia, Digiri?"

"Hilo haliwezekani. Mgomo utaendelea ikiwa malalamiko yetu hayatazingatiwa. Punda wamechoka kunyanyaswa."

"Mambo ni mawili, Digiri. Ni juu yenu viongozi kuamua barabara mtakayoifuata. Mkikubali kuachana na upuuzi huu wa mgomo wa kitaifa, tutahakikisha mnaishi maisha matamu na yenye starehe. Lakini mkiamua kuendelea na harakati zenu, basi ninyi viongozi mtakipata. Mtajua cha mtema kuni. Sisemi zaidi na nakuacha uyatafakari hayo. Nitakupa siku kadha kunipa jibu." Mkuu akaelekea langoni.

"Na Mpunda yuko wapi?"

"Ukitaka jibu hilo itakubidi unipe jibu langu kwanza." Akaondoka.

Digiri akaondolewa hemani na kufungiwa kwenye chumba kidogo. Chumba kilikuwa na giza totoro na baridi mno. Alikuwa na njaa na kiu. Baada ya masaa mengi akabaini kuwa wamemsahau na akatoa milio. Hakuna lililofanyika. Akajaribu tena na tena. Ng'o! Akajilaza chini na kujaribu kulala lakini hakuweza. Akayapima na kuyatafakari yale yote mkuu aliyasema. Akashangaa kuwa watu wanaweza kuwa na hofu ya mgomo kiasi cha kumteka nyara. Kwa nini wawe na hofu hivyo? Eti maisha matamu? Akatamani chakula na maji. Eti tutakipata? Wanaweza kutufanyia nini? Mpunda yuko wapi? Mawazo chungu nzima yakampita akilini.

Baada ya masaa mengi sana bila chakula na maji, chumba kikafunguliwa na akapewa majani yasiyokuwa na ladha na maji machafu. Hakuwa na lingine ila kujiondolea njaa na kiu. Baadaye, akapelekwa hemani alipomkuta mkuu wa sarakasi.

"Sikiliza Digiri. Ikiwa unauthamini usalama wako ni heri uyafuate niliyotumwa kukueleza. Utaenda umwambie Mpunda aache upuuzi wa mgomo. Mkikubali, masuala kuhusu punda yatatatuliwa kwa njia ya utaratibu. Ninyi mtaishi maisha yenye starehe kama yale anayoishi. Tutamfunza mwenzako kusema na hatimaye ninyi wawili mtateuliwa bungeni kama wajumbe maalumu wa kuwakilisha maslahi ya punda. Mtapendekeza mabadiliko ambayo yatawafaa punda wote na vizazi vijavyo. Hiyo ndiyo njia bora ya kubadilisha mambo badala ya vurugu ya mgomo. Tunaelewana? Tunaelewana?"

"Hii hoo!" Digiri alikuwa mnyonge sana kusema.

"Hahahaha! Siku chache tu chumbani na umesahau lugha. Umebadilika kuwa punda sasa. Hahaha! Lakini endapo mtaamua kuendeleza mgomo, hicho kilikuwa ni kionjo tu! Kionjo tu, Digiri. Mtajilitea maisha magumu ninyi na punda wenzenu. Ikiwa kweli ninyi ni viongozi kama mnavyojisingizia, fikirieni maslahi ya wengi na yenu pia. Tunaelewana au hatuelewani?" Mkuu akanyamaza kupata jibu lakini alipoona Digiri hasemi akaendelea. "Utapelekwa sasa kwa huyo Mpunda umweleze kwa lugha yenu yale tumesema. Nitakuja kupata majibu baada ya siku tatu. Siku tatu!"

Digiri akapandishwa lori na kuondoka. Baada ya muda akafika shamba alimokuwa Mpunda.

* * *

Mpunda aliusogea ukuta wa pili akijaribu kubaini yanayoendelea katika chumba cha pili. Alisikia mazungumzo ya Mzee lakini sauti ya pili ilikuwa hafifu haikusikika vyema. Hatimaye, mzee akaondoka.

Mpunda akafikiria udaku si tabia inayofaa. Akaamua kupumzika hadi asubuhi. Alifikiri atapata fursa kumwona mgeni huyu asubuhi akiondoka chumbani. Asubuhi alipofunguliwa alielekea chumba cha pili kuchunguza na akashangaa kumwona Digiri. Ingawa alifurahi kumwona, hali ya unyonge wake ilimshtua. Wakajulia hali kwa desturi zao na baadaye wakaandamana kuelekea kwenye kivuli cha mti.

Digiri akamuelezea yote yaliyompata. Akamfahamisha masharti yanayotolewa na watu kupitia kwa mkuu wa sarakasi. Pia, akamwelezea hali mbaya aliyowekwa bila chakula wala maji. Mpunda naye alimsimulia kuhusu alivyotendewa wema.

"Bila shaka kuna mbinu ya kutugawanya na kutuvunja moyo. Hawataki tuendelee na mgomo kwa vile wanadai utaharibu uchumi na kuleta vurugu." Digiri akamwelezea.

"Digiri, hatuwezi kuachana na mwito wa mgomo. Lazima tushikilie malalamiko yetu. Wakiyatimiza basi tutazima mgomo."

"Wazo zuri lakini kuna vitisho vya kutuzima sisi viongozi kwa upande mmoja na uwezekano wa kupata fursa ya kubadili hali kupitia bunge."

"Lakini bunge ni yao na…"

"Wameahidi kuwaruhusu punda kuchukua viti kadha maalum ili waweze kutetea maslahi ya punda wenzao." Digiri akafafanua.

Siku zilizofuata wakayatafakari kwa uzito. Palipotokea maswali Digiri aliyawasilisha kwake mzee ambaye alikuwa daraja iliyounganisha mawasiliano baina ya mkuu wa sarakasi na punda. Wakaomba warejeshwe Ole Tepesi washauriane na wenzao lakini ombi hilo likakataliwa. Wakaomba muda zaidi wa kujadiliana. Wakaongezwa siku mbili.

Usiku na mchana wakaupima uzuri na ubaya wa kila kauli.

Mgomo utaleta umoja wa punda na kudhihirisha uwezo wao. Lakini fujo huenda ikatokea na wengi wakaumia. Wakipewa viti maalum vya bunge punda na kunyanyuliwa hadhi watu bado watakuwa na viti vingi na wataweza kupinga mswada wowote wa kuwafaidi punda. Digiri alipomtuma mzee kuuliza watapewa viti vingapi wakaahidiwa vitano na kuongezewa kila mwaka. Pili, punda wajumbe watafunzwa lugha ya watu kusudi waweze kuwasiliana pasipokuwa na hitilafu. Tatu, watamiliki shamba wanamokaa sasa pamoja na jumba kuu na starehe zote zitakuwa zao. Wataishi maisha yenye starehe kusudi wapate fursa ya kulisha bongo wakitafakari miswada bora. Mwisho, kila mjumbe atapewa usafiri, ulinzi, bima ya afya na virojorojo vingine. Wasipokubaliana na hayo yote basi watarejeshwa pale hemani. Wakapewa siku moja kuamua.

Gari la kifahari likaletwa asubuhi wakasafirishwa hadi jengo la bunge. Wakaonyeshwa vyumba vya mapumziko, starehe, mikutano na chumba cha mankuli. Wakala na kustarehe kidogo. Hatimaye, wakapelekwa hemani. Mpunda akaonyeshwa pale Digiri alizuiliwa na baadaye wakarejeshwa shambani. Wakakumbushwa siku iliyofuata ilikuwa ya kutoa kauli yao.

* * *

Siku waliyotekwa nyara Mpunda na Digiri, punda wengine waliamka na kuelekea malishoni. Ilikuwa asubuhi kama asubuhi nyingine yoyote kule Ole Tepesi. Jua lilichomoza na punda wakaamka na kujinyoshanyosha kama kawaida. Wakasuguana shingo na mgongo. Wakarusharusha mateke na kusafisha tumbo kwa kulipua makombora. Wakaandama njia kuelekea malishoni.

Hawakuwa wamekaa sana malishoni mawingu mazito yalipoanza kutanda na ghafla bin vuu mvua ikaanza kunyesha. Mvua ya mawe iliyowaumiza masikio hata ikawabidi wajitafutie usalama chini ya miti. Mvua ikanyesha hadi alasiri. Tangu wafike hawajawahi kuona mvua nzito kiasi hicho. Ilipoacha kunyesha kulikuwa na vidimbwi vingi hapa na pale na vijito vikageuka kuwa mito. Baada ya kula na kushiba punda wengine wakapata fursa ya kujirusha kwenye vidimbwi hivi. Majani ya miti yalikuwa na ladha zaidi na unyevunyevu ulioyafanya yatamanike zaidi. Wakala. Wakashiba. Wakapumzika.

Siku ilielekea kuwa fupi na jua likaanza kutua. Zeepunda alishangaa kuwa leo Mpunda na Digiri hawakufika kumjulia hali. Akafikiri huenda mvua iliyotatiza shughuli za siku ile ndiyo ilisababisha kuvunjika kwa ratiba ya kila siku. Akajipa moyo kuwa keshoye wangefika kama ilivyo kawaida. Kawaida ni kama sheria.

Siku iliyofuata, jua liliwaka kwa wastani tangu asubuhi hadi jioni. Kufikia alasiri, Zeepunda aliamua kumuuliza Ole Punda iwapo amewaona wenzake. Swali na jibu likawashangaza wote wawili walipobaini kuwa kwa muda wa siku moja hivi hakuna aliyewaona. Wakaamua wawatafute na kuuliziaulizia. Hakuna hata mmoja aliyepata kuwaona.

Siku ya pili ikabainika wazi kuwa Mpunda na Digiri hawakuwepo Ole Tepesi. Ingawa walishindwa kwa nini waliondoka bila kuwaarifu, wengi walifikiri kuwa lazima wameenda kuendeleza harakati za kuwatetea. Lakini punda wa pale zizini walishangaa vile Mpunda na Digiri wangeondoka bila kuwaarifu. Walikuwa na shauku lakini hawakuwa na ithibati ya kupinga kauli iliyotanda pale Ole Tepesi.

Likizo ya Ole Tepesi iliendelea. Siku zikapita. Majuma yakapita. Hatimaye, likizo ilikamilika na punda wakarejea makwao.

Sura ya Nane

Ujumbe mfupi kutoka kwa Ofisi ya Spika wa Bunge la Kitaifa kwa wanahabari na wageni wengine waalikwa ulikuwa mfupi. Ulitumwa kupitia baruapepe na mitandao ya kijamii.

Kwa niaba ya Spika wa Bunge la Kitaifa na Mwenyekiti wa Kamati Maalum ya Bunge nina furaha kukualika kuhudhuria sherehe ya kuapishwa kwa wajumbe wawili wapya wa bunge. Sherehe itafanyika ukumbi wa hafla katika jengo la Bunge. Sherehe itaanza saa sita kamili siku ya Jumamosi tarehe tisa mwezi wa tisa wa mwaka huu. Wageni wote wanaombwa kuwa wamefika na kuketi kufikia saa sita kasorobo. Iwapo hutaweza kuhudhuria sherehe hii, tafadhali tujuze haraka iwezekanavyo. Ramani ya pahali za sherehe imeambatishwa. Tunatarajia kukuona siku hiyo.

Miezi kabla ya sherehe hiyo Mpunda na Digiri walikuwa na ratiba yenye shughuli nyingi sana za kila siku. Jumapili hadi Jumamosi, kunyeshe au kusinyeshe, ratiba ilijaa mafunzo. Mpunda alikuwa na mwalimu wa kumfunza lugha ya watu. Mwalimu mwingine aliwafundisha yeye na Digiri kuhusu taratibu na sheria za bunge. Ilhali mwingine alikuwa anawashughulisha na utaratibu wa uungwana. Walifunzwa jinsi ya kunena bila kuudhi, kutoa hotuba, kujumuika na watu, kula na kunywa kwa ustaarabu na kadhalika. Pia, walifunzwa watakavyoweza kuyajibu maswali ya wanahabari na haswa kuyaepuka maswali magumu.

Maisha pale shambani pia yalikuwa yameboreka tangu pale walipokubali kuendeleza harakati zao kupitia bunge. Mara tu walipotoa uamuzi, walihamishwa kutoka zizini hadi jumba kubwa humo shambani.

"Hapa ndipo mtakapoishi kuanzia sasa. Mimi na wahudumu hawa wengine tutayashughulikia mahitaji yenu yote." Mzee aliwaelezea punda waliokuwa wamepigwa na butwaa.

Jumba lilipendeza sana ndani kuliko lilivyoonekana kutoka nje. Walionyeshwa sebule iliyokuwa na mikeka ya thamani, viti vya kistarehe, mazulia yaliyong'ara, michoro iliyovutia macho, maua yaliyorembesha na runinga mbili kubwa sana. Jikoni kulijaa matunda, mboga na vyakula vya aina zote.

"Mnaweza kuingia hapa wakati wowote kula ama kuwaagiza wahudumu wawaletee chochote hata kama wakati wa kula haujawadia." Mzee akaendelea na ziara yake.

Vyumba ya kulala vilistaajabisha. Mito, magodoro, blanketi, shuka, taulo, muziki mwororo wa kuongoa masikio na umaridadi wa kuvutia kweli. Digiri alijirusha juu ya kitanda na kujigaragaza upande mmoja hata mwingine. Akasimama na kurukaruka kwa furaha. Akaipiga mito mateke. Wote wakacheka na kuendelea na ziara. Wahudumu wa nyumba wakakimbia chumba cha kulala kupangapanga mito iliyoangushwa.

Bafu nayo haikuwa bafu lakini kama chumba kingine kikubwa. Kulikuwa na sehemu ya haja iliyokuwa na werevu wa kufunguliwa maji kila baada ya haja. Kulikuwa na mifereji ya maji na mifereji ya hewa moto ya kukausha mwili baada ya kuoga. Kulikuwa pia na kijidimbwi kidogo ambacho mzee alisema kina michirizi ya maji moto kiasi inayosaidia kutuliza machovu ya misuli.

Maisha yakawa mema kuliko walivyotarajia. Wakajikakamua sana kusoma waliyofundishwa. Kila jioni walibarizi pale sebuleni wakiangalia vipindi vya televisheni huku Mpunda akifanya mazoezi ya kusema lugha ya watu na Digiri. Wakahimizwa waitumie lugha hiyo kila mara ili wawe stadi wa kunena.

Ikawa hiyo ndiyo lugha yao ya kila mara na wote wakaendelea kuboresha ufasaha wao. Mpunda alifurahi kuwa angeweza kusema na Mzee na watumishi wa nyumbani na wakamwelewa ingawa kwa shida kidogo. Aidha, aliweza kufahamu baadhi ya vipindi vya televisheni na alifurahia sana kupata uwezo huo. Alibaini kuwa siku atakapokuwa bungeni ataweza kuwatetea punda wenzake vyema kwa kupitisha sheria.

Mchana wakipata fursa waliweza kukimbia uwanjani kubarizi. Walicheza michezo waliyoiona kwenye runinga. Wakajipachika majina ya timu walizozipenda zaidi. Mpunda akawa yuapenda timu ya soka ya Shelsi naye Digiri akawa shabiki wa Maniyuu. Timu za nchini hawakuzitamani sana kwa sababu walitaka kuonekana wana ustaarabu zaidi.

Maisha yakawa matamu. Wakaletewa joho za kuvaa kila wanapoenda bungeni. Kulikuwa na joho tofauti za bunge, karamu, sherehe za arusi na matanga, wikendi, michezoni, na kadhalika. Kulikuwa na mavazi ya kuvaa kichwani, mgongoni, miguuni na hata sehemu za makalio. Walionyeshwa chumba kilichojaa mavazi haya na wakaelezwa wanaweza kuagiza vazi la aina na rangi yoyote waipendayo. Kulikuwa na mtumishi wa kushughulikia mavazi. Majina nayo waliombwa wayabadili kusudi yaweze kufanana na ya wengine bungeni. Mheshimiwa Mpix Mpunda likawa jina rasmi. Mheshimiwa Digriz Digiri nalo likashika.

* * *

Siku ya sherehe ilipowadia waliletewa hotuba na kuombwa wafanye mazoezi. Wakaulizwaulizwa maswali ambayo wanahabari walitarajiwa kuuliza na kufunzwa jinsi ya kuyajibu.

"Msijali. Mtu atakayekuwa akiendesha sherehe anajua wanahabari watakaouliza maswali yatakayokubaliwa." Mzee akawahakikishia.

Aidha, walipelekwa bungeni na kufikishwa jukwaani kufanya mazoezi zaidi. Baadaye, walikula chamchana na Spika na wasaidizi wake.

Sherehe ilifanyika nje ya jengo la bunge. Jukwaa lilikuwa limepambwa likapambika. Wageni waalikwa wakiwemo wabunge, maofisa wa serikali kuu na serikali za kaunti, mabalozi haswa wa mataifa ya kizungu, na wanahabari kochokocho. Umati wa raia ambao hawakuruhusiwa kuingia walisimama kwenye ua la chuma lililozingira bunge. Waliohudhuria walibaki wakipiga gumzo, haswa kuulizana maswali kuhusu sherehe ambayo ilikuwa na usiri wake.

"Ni wabunge gani hawa maalum wanaoapishwa? Uchaguzi gani ulifanyika hivi majuzi ambao hawakuukumbuka? Kifungu gani cha katiba mpya kinaruhusu kuteuliwa kwa wabunge wapya? Wanawakilisha eneobunge gani? Sherehe itaanza lini? Je, watatupatia mlo au kinywaji baada ya sherehe? Tutapewa kitu?" Ni baadhi ya maswali yaliyoulizwa.

Mara tarumbeta ikalia na wote wakawa kimya. Mlango ukafunguliwa na msafara wa Spika ukaelekea kwenye jukwaa. Baada ya kusaliamana na wageni, Spika akaanza hotuba yake:

Waheshimiwa Mawaziri

Mheshimiwa Mwenyekiti wa Kamati Maalum ya Bunge

Waheshimiwa Mabalozi

Maafisa wote wa Serikali

Mabibi na mabwana,

Nawashukuru sana kwa kutenga wakati wenu ili kujiunga nasi kwenye sherehe hii maalum. Nimearifiwa kuwa mwaliko ulipotolewa kuhusu sherehe hii ya leo kumekuwepo na tetesi za hapa na pale. Sikusudii kuyataja yote yaliyonenwa. Leo ni siku maalum itakayoonyesha ulimwengu mzima jinsi tulivyostawi na kuendelea. Sina shaka mtakubaliana nami kuwa leo taifa letu litaendelea kuiidhihirishia dunia kuwa sisi ni watu wenye upendo usiokadirika.

Akaikumbusha hadhira yake kuwa bunge limetekeleza wajibu mkubwa sana kuistawisha nchi licha changamoto kochokocho. Akawasifu wabunge kwa jitihada za kukidhi mahitaji ya waliowachagua kwa kuzingatia kaulimbiu kuwa wajumbe ni watumishi wa waliotuchagua. Akaendelea.

Sina shaka nyote mlishuhudia kizaazaa kilichotokea hivi majuzi hapa bungeni punda walipofika na kutukumbusha kuhusu shida zao. Kwa hekima kuu, Kamati Maalum ya Bunge imekuwa ikilitafakari suala hilo na kufikia uamuzi wa hekima.

Leo hii, papa hapa, kwa mara ya kwanza katika historia ya binadamu, tutawaapisha viongozi wawili watakaowakilisha maslahi ya punda. Viongozi hao tumepata kujadiliana nao na wanayaelewa kabisa yote yanayowakabili punda. Watahudhuria vikao vya bunge na kupendekeza sheria zitakazowalinda punda. Mabibi na mabwana, sitaki kuwachosha kwa maneno mengi. Hebu sasa tuwalete wajumbe hao waweze kuapishwa.

Mlango ulifunguliwa na Mpunda na Digiri wakaingia wakiwa wamesindikizwa na mkuu wa sarakasi na wakuu wa wakulima na

wafugaji. Wageni wakashtuka na kuanza kunong'onezana. Mpunda akafika karibu na Spika na kuapa:

Mimi, Mpix Mpunda, niliyeteuliwa kuwa mjumbe maalum wa bunge, naapa nitakuwa mwaminifu na mtiifu kwa jamhuri na kutekeleza majukumu yangu kwa kadri ya uwezo na ufahamu wangu, nitatimiza wajibu wangu na kufanya kazi zinazonihusu, kuwatetea punda bila ya upendeleo.

Baadaye Digriz Digiri akaapishwa. Alipopewa fursa ya kuwahutubia waliohudhuria, Mpunda akawashukuru wadau wengi akizingatia itifaki alivyoshauriwa.

Leo ni siku muhimu sana kwa punda wote duniani. Nimekula kiapo leo cha kuwakilisha maslahi yenu nyote hapa bungeni. Tutashirikiana na wabunge wote kubadilisha na kuunda sheria zitakazoboresha maisha ya kila punda popote alipo katika Jamhuri hii. Tumekuwa na ushirika na watu na tumewasaidia kutekeleza mengi katika historia.

Itakumbukwa kuwa ni punda aliyembeba Kristo kurejea mjini kwao. Pia, ni punda aliyemsaidia Samsoni kushinda adui. Ni punda alimwezesha mtu kulima mashamba na kuuza mazao. Hivyo basi, ni muhimu punda watendewe haki katika uhusiano wetu maalum.

Kwa sasa, tumekubaliana kuahirisha mgomo tuliopanga kusudi tuweze kufanya mabadiliko yafaayo kupitia bunge. Ninawaomba punda wenzangu wawe na subira tukijaribu kufanya mabadiliko haya. Pia, tunawaomba watu wawe na ufahamu na upendo wa kutambua shida zinazowakabili punda. Kwa hayo machache, ningependa kumwalika mwenzangu Digiri atafsiri niliyoyasema kwa lugha yetu punda.

Mpunda akashangiliwa sana na wote na Digiri akawahutubia punda kwa lugha yao. Sherehe ikakamilika. Waliofika wakala, wakanywa na kucheza densi. Punda wakawa na shughuli nyingi kuzungumza na wanahabari na mabalozi. Mialiko ilikuwa si haba kwa vile kila mmoja alitamani fursa zaidi kuwasiliana na punda wenye uwezo wa kusema kama binadamu.

Habari za kuteuliwa kwa Mpunda na Digiri kuwa wajumbe maalum wa bunge zilienea kama moto kichakani. Watu walikuwa na dhana kinzani kuhusu uteuzi huo lakini walikiri heri uteuzi huo kuliko mgomo wa kitaifa wa punda.

Punda, kwa upande wao, walikuwa na fikra kinzani pia. Sehemu za Limulul punda walikasirika sana. Walikumbuka hatima ya mgomo aliouanzisha kwao na ahadi zake za baadaye. Walitiwa moyo kumwona akivamia bunge na baadaye kuwahutubia wanahabari akidai haki zao. Lakini leo alionekana punda tofauti aliyelishwa vyema na kuishi maisha mazuri. Ujumbe wake wa kuwasihi punda wawe wavumilivu ulitonesha kidonda. Walihamaki na kuudhika.

Punda waliokutana na Mpunda kule Ole Tepesi walipata hisia tofauti pia. Kwanza, waliondokewa na hofu kuwa Mpunda na Digiri walipatwa na mabaya walipoondoka bila kuwaaga. Baadhi yao walifurahia kuwaona na kuona punda wamepewa hadhi. Lakini wapo wale walioshikilia msimamo wa wenzao wa kule Limulul. Wakalalamika. Wakawakemea. Wakaamua hawatawaamini wala kuwafuata tena.

* * *

Siku ya kuapishwa ilikuwa ya kuchosha sana. Baada ya kuapishwa na kujumuika na wageni waalikwa, Mpunda na Digiri walikuwa na mahojiano mengi na vyombo vingi vya habari. Walihojiwa na wanahabari wa runinga za KNT, KCB, NVT, K23, Raia, BCC na CCN. Watangazaji wa stesheni za redio 100 FM, 100.5 FM, 100.6 FM, 101.1 FM na 102.2 FM pia waliwahoji.

Walipofika nyumbani walikuwa hoi. Waliingia sebuleni na kujibwaga kochini. Wahudumu wakawaletea maji matunda, matunda na mboga wajiliwaze. Kufungua televisheni walijiona kwenye sherehe na mahojiano waliyoyafanya. Wakawa wanavitafutatafuta vipindi vya michezo ya soka ili wajifurahishe lakini habari zilizokuwa zikitangazwa kwenye stesheni moja zikawakata tamaa ya michezo.

Habari kutoka Limulul zilitangaza maandamano ya punda. Fujo na vurugu zilitangazwa na mwanahabari alielezea hali kule Limulul kuwa ya kutatanisha na kushangaza.

"Inadaiwa punda wa eneo la Limulul waliandamana barabarani wakipiga milio ya kutisha na hata kuwashambulia watu kwa mateke. Inasemekana vibanda vingi vya mboga vimeporwa na mali ya thamani isiyokadirika kuharibiwa. Kikosi cha polisi kimeonekana kikipambana na punda na kujaribu kurudisha hali ya amani sehemu za Limulul. Wenye magari wanaombwa na idara ya trafiki kuepuka sehemu hiyo hadi hali itakaporejea shwari. Hatujui kilichosababisha machafuko haya lakini tunajaribu kupata habari zaidi. Tutakapozipokea habari hizo pamoja na video kutoka kwa wanahabari wetu, tutawaletea enyi watazamaji wetu wapendwa. Nikiripoti kutoka sehemu isiyokuwa mbali sana na Limulul ni mimi wenu Tinina Mwanakamvinyo. Kwako studio."

Habari hizo zilimsumbua Mpunda lakini kabla hajapata fursa ya kupumua habari zingine za kumshangaza zikatangazwa. Huko studio alikuwepo balozi wa nchi ya Ughabuni. Bila kupoteza wakati alitangaza kuwa ana tiketi mbili za ndege na mwaliko rasmi kwa Mpunda na Digiri kuzuru nchi ya Marikani. Wakiwa nchi hiyo ya ng'ambo watatunzwa kwa kuzitetea haki za punda na wataweza kuhutubia kikao cha wajumbe wa mataifa tofauti. Kilichowapendeza zaidi ni habari kuwa wataweza kukutana na punda wa mataifa mengine na kuwapasha zaidi kuhusu harakati zao.

Mpunda na Digiri walitazamana kwa muda na kwa pamoja wakagoteana kwato "Twende Majuu!" Wakajisadikisha kuwa nafasi hiyo itakuwa muhimu sana kwa punda wa Limulul, Ole Tepesi,

Nyairobi na kwingineko nchini. Muhimu zaidi Bunge lilikuwa likizoni ndefu hivyo safari haitatatiza shughuli zao. Wakajipiga moyo konde.

Sehemu ya Pili

Safari ya Marekani

Sura ya Tisa

Tiketi za ndege zililetwa nyumbani na daktari wa kuwachanja chanjo zilizohitajika kwa wasafiri wanaoelekea Marekani. Siku ya safari iliwadia na wakapelekwa uwanja wa ndege. Fikira za kusafiri ndani ya chombo kinachopaa angani kuelekea nchi geni ziliwatia kiwewe. Lakini kukawa na mtu kutoka ubalozi aliyewaongoza na kuwatiliza hisia.

Kwanza, wakapitia sehemu ya ukaguzi wa abiria. Walipopitia kijilango kilichokuwa kikitoa sauti na kufanya abiria akagauliwe mifuko na viatu, wao hawakuwa na shida yoyote na kilango hakitoa sauti. Baadaye tiketi na visa zao zikakaguliwa na mizigo kupakiwa. Wakapelekwa ndani kwenye sehemu ya wabunge na wageni mashuhuri. Wakapewa vinywaji na vitafunio wakisubiri kupanda ndege.

Ndani ya ndege walipata wametayarishiwa vitanda maalum kwa shauri ya safari yao. Wahudumu wakawasaidia kuifunga mishipi na kuwawashia viruninga vidogo vyenye vipindi vya kuwatumbuiza. Baada ya taratibu za kuhakikisha kila abiria amefuata maagiza ya usalama wa usafiri ndege ilianza mwendo. Kwanza, ilisonga taratibu. Ikasonga nyuma halafu ikapinda na kulenga barabara ndefu hapo uwanjani. Ghafla ikakaza mwendo na kwenda kwa kasi sana ikitoa sauti kubwa.

Mpunda na Digiri walifunga macho na kutapatapa wakihofia ajali. Hawajawahi kusafiri kwa chombo kinachoenda kasi hivyo. Mara ndege ikapaa na kupaa. Kuchungulia nje ya dirisha Digiri akakirudisha kichwa chake kitandani na kujigubika. Mpunda akaamua kuchungulia na akafanya vivyo hivyo. Hofu iliwajaa. Tumbo zikawasokota. Masikio yakafungika kwa ndani wasiweze kusikia vizuri. Wakajigubika tu na kujuta kuukubali mwaliko.

Lakini baada ya muda hali ikawa shwari na ndege ikaelea tu pasi na shida. Wakaletewa vyakula na vinywaji. Wakasahau walikuwa angani na wakaendelea kuvitazama vipindi vya kusisimua kwenye vijiruninga. Wahudumu wakawastarehesha. Muda usiokuwa mrefu wakalala.

Baada ya masaa kumi na manane ndege iliwasili jijini Yoku Jipya. Awali walikuwa wametua jijini Landani kubadilisha ndege na kukaguliwa upya. Hawakupenda jinsi wenye kukagua walipitisha mikono yao kila sehemu ya mwili. Wakaangalia ndani ya masikio, kinywani, nyuma ya mkia na hata kwato zote. Kuingia Yoku Jipya wakaulizwa maswali chungu nzima kabla ya kukubaliwa waingie na kukutana na mwenyeji wao mkuu, Johnny.

Jiji la Yoku Jipya lilikuwa kubwa ajabu. Majengo makubwa yenye orofa zilizofika mawinguni. Kila wakiangalia juu kuona mwisho wa jumba ilionekana kana kwamba majengo yanayumbayumba. Wakapelekwa jumba la mwenyeji wao. Wakala. Wakaoga. Wakalala. Siku chache baadaye wakapelekwa kwenye jumba kubwa na la kupendeza kweli. Nje ya jumba kulikuwa na bendera nyingi sana za mataifa mengi. Wakakaribishwa na kupewa fursa ya kuwahutubia wajumbe wa mataifa yote duniani waliojaa ukumbi wa mikutano.

Kutoka hapa wakapelekwa kwenye jumba lingine. Wakapandishwa kama umeme hadi orofa ya mia moja na mbili. Wakaona upana na umaridadi wa jiji hili kutoka kilele kile. Ama kweli jiji hili lina mengi ya kushangaza.

Siku iliyofuata wakapelekwa jiji lingine kumwona mtu mwenye uwezo zaidi kushinda wote duniani. Kiongozi wa nchi hii mwenye uwezo wa kutumia utajiri mwingi, silaha kali, na uwezo mkubwa wa taifa lake. Wakafika kwenye jumba kuu jeupe lililokuwa limelindwa vya kutosha. Walishangaa kumwona kiongozi huyo kuwa ni mwembamba, mweusi, mrefu na mwenye masikio makubwa. Kidogo walitarajia mtu mwenye kiwiliwili cha kutisha, misuli inayotishia kubambuka, na aliyejihami kwa bunduki kubwa na mishipi ya risasi kotekote. Lakini kiongozi huyu alikuwa amevaa suti na tai na alionekana mpole na mnyenyekevu. Akawasifu kwa harakati zao za kuwatetea punda wenzao na akawatunukia tuzo la heshima na kuwakaribisha watembelee nchi nzima wajionee maendeleo ya taifa lake. Wakapewa tuzo lenye kuafiki hayo.

Mipango ikafanywa papohapo kuwawezesha wageni waendeleze ziara yao zaidi. Wakapangiwa kuzuru miji na maeneo mengi ya nchi kujionea na kuhutubia watu kuhusu haki za wanyama. Wakapewa ndege maalum ya kuwasafirisha.

* * *

Miji ya kwanza waliyopangiwa kuitembelea ilibadilishwa kutokana na hali mbaya ya hewa. Kulikuwa na baridi kali sana na ungaunga mweupe ulianguka kutoka mawinguni na kufunika ardhi yote. Watu walipata shida ya kutembea. Magari yalipata shida ya kusonga barabarani. Hata ndege zilipata shida ya kuruka. Kwa bahati nzuri waliondoka kabla ya dhoruba hiyo. Wakaelekea sehemu ambazo zilikuwa na mashamba makubwa. Hakukuwa na baridi huku wala joto halikuwa jingi.

Kwenye pilkapilka zao za kuonyeshwa sehemu mbalimbali za mji walikumbana na umati mkubwa wa watu waliokuwa wamebeba mabango. Walikuwa wakipiga mayowe na walionekana kuwa na hasira. Ilibidi gari lao lisimamishwe kando ya barabara kuruhusu umati upite. Wakashuka kujionea kinachoendelea. Mpunda akakumbuka hali ilivyokuwa Limulul siku ya mgomo. Fikra zake zikapaa na kuwaza jinsi hali ilivyo sasa baada ya maandamano ya kupinga kuapishwa kwake. Je, wataweza kuelewa kuwa yote haya ni kwa manufaa yao? Wataweza kukubali kuwa kuna njia mbadala ya kutetea haki zao isiyohusu mizozano na vita?

Aliamshwa kutoka fikira hizo na moshi mweupe uliolipuka karibu na miguu yake. Moshi uliofanya akohoe na ashindwe kupumua. Wakati huo umati uliokuwa ukandamana ukavurugika kwa kasi na vishindo. Kila mtu akaiwekelea miguu mbegani kujiokoa hatarini. Mpunda akajitahidi sana kuuondokea moshi ule uliomwasha macho na mapafu. Fikira ikawa miguu niponye. Akasukumana na watu. Akaruka mitaro na vizuizi. Macho hayakuwa yanaona vizuri na akashtukia amenyanyuliwa na macho yake kumwagiliwa majimaji fulani yaliyopunguza mwasho. Akasukumwa ndani ya jumba na milango ikafungwa. Kumubukumbu za kisa cha Ole Tepesi zikarejea.

* * *

Mwasho wa macho ulipopungua Digiri akajikuta pahali asipopatambua. Majumba yalikuwa tofauti ya yote aliyoyaona. Marefu ndiyo, lakini yasiyokuwa nadhifu. Eneo hilo lilikuwa na watu wengi sana waliotembea barabarani na wengine walikaa nje ya vijumba vyao wakibugia pombe.

Kuna waliendesha magari yenye magurudumu yaliyonyanyuliwa na kurembeshwa. Magari yalikuwa na vipaza sauti vilivyotoa sauti nzitonzito. Watu walisimama kandokando ya magari haya wakibugia vinywaji na kupuliza moshi midomoni. Eneo hilo lilikuwa na takataka kila pahali. Nyasi ilikuwa ndefu. Mbwa na paka walikuwa wengi pia.

Kwa upande mwingine, aliwaona vijana wakicheza mpira walioshindwa kuuingiza ndani ya kijikapu kilichoning'inia juu ya mlingoti. Alisimama kando ya uwanja na alishangaa kuuona ujuzi wa vijana wale. Alikumbuka kuona mchezo huu kwenye runinga yao na kushangazwa na umaarufu wa mchezo huo.

Aliendelea kuwatafuta Mpunda na wenyeji wao lakini hakujua aanzie wapi. Kutembea kidogo akamwona punda kwa mbali. Akakimbia kumfikia akidhani ni Mpunda. Alipokaribia roho ilianza kumdunda. Bila shaka hakuwa Mpunda. Alikuwa ni mrembo aliyekuwa na umbo lililomzubaisha. Akasimama kidogo kuutamani uzuri. Roho ikamdunda zaidi. Mdomo ukamkauka. Mate yakamwisha mdomoni. Kijasho chembamba kikamtoka. Akajipa moyo na kuamua kumsemesha yule punda kidosho.

Licha ya jitihada zao za kuelewana, lugha zao hazikupatana vizuri. Digiri alikuwa ameyavulia nguo na ilimbidi ayakoge. Alijaribu kutumia ishara na lugha ya watu lakini hakufua dafu. Akamsugua kidosho shingo na mgongo. Akatambua kuwa hapingi aliyoyafanya. Digiri akakimbiakimbia huku na kule na kumrudia kidosho. Baada ya muda kidosho akajiunga naye kurukaruka na kuchezacheza. Kidosho akaanza mwendo na Digiri akamfuata. Wakaendelea na michezo iliyowafurahisha ya kurukaruka na kukimbiakimbia.

Walipita maeneo ya mjini na vitongoji hadi kwenye bustani kubwa. Huku, watu walikuwa wakifanya shughuli nyingi. Kuna waliokimbia, waliopanda baiskeli, ilhali kuna wale waliojitandaza nyasini kupumzika. Punda wakavuka vijito vyenye vidaraja vya kupendeza na ukumbi ambapo sherehe ya arusi ilikuwa ikiendelea. Wakafika kwenye ua lililozingira sehemu fulani ya bustani. Kidosho akaelekea sehemu moja ya ua iliyokuwa na shimo. Akapenyeza na kuingia. Digiri akasita kwanza asijue alikokuwa anaelekea. Lakini hakuwa amefika huku kote kuachana na kidosho yule aliyekuwa amemteka nafsi.

Digiri akajipenyeza na kumfuata kidosho hadi kwenye jengo lililoonekana maskani yake. Digiri akayatalii mazingira baada ya kuzisikia sauti za wanyama wengine. Kwanza, akaona kibao kidogo chenye maandishi. Akaona na kutambua jina halisi la kidosho ni Molly. Upande wa kushoto akawaona pundamilia wametulia pamoja. Akawakumbuka pundamilia wa bondeni wakati wa safari ya Ole Tepesi. Lakini hawa walionekana tofauti kiasi.

Kulia akamwona mnyama aliyekuwa na kichwa kama cha twiga, miguu yenye milia mithili ya pundamilia lakini kiwiwili cha punda. Mbali kidogo akawaona twiga wakitembea kwa madaha. Akawasikia simba wakinguruma, fisi wakicheka, na nyani wakipiga kelele kama kawaida. Watu wengi walikuwa wakitembea mazingira hayo bila hofu ya kushambuliwa na akina simba. Usiku ulikuwa unabisha hodi na akaamua kurudi alipolala kidosho. Akalala karibu naye akimpapasa na moyo wake ukatulia.

Asubuhi iliyofuata Digiri akamfuata Molly kuelekea kwenye kipenyo uani kusudi waondoke kuelekea mjini. Lakini wakashangaa kuona seng'enge imewekwa kuziba tundu lile. Pia, seng'enge ilikinga ua lote. Wakajaribu kuvunja seng'enge lakini miiba yake ikawachoma na wakaachana na wazo hilo. Wakaangalia kunako wepesi wa kuondoka lakini hawakupata.

Sura ya Kumi

Vurugu ilipotulia na polisi na waandamanaji kuacha kuzozana Mpunda na wasaidizi waliondoka dukani na kufululiza hadi garini. Waliondoka kwa kasi sana hadi uwanja wa ndege. Walipokuwa ndani kuelekea jiji lingine walitambua kuwa Digiri hakuwemo. Simu zikapigwa kwa dharura na baadaye Mpunda akaarifiwa kuwa:

"Wenzetu watafanya juu chini kumpata na kumleta kuungana nasi kwenye safari." Mwenyeji Johnny akamhakikishia.

"Na iwapo yumo hatarini?"

"Kwa mujibu wa ripoti za polisi hakuna aliyejeruhiwa vibaya katika ghasia hizo. Kwa hivyo tunajua hayuko hatarini. Usiwe na wasiwasi, Mpunda."

Wakatua kwenye mji ulioko pwani. Wakapelekwa kuonyeshwa viwanda vya kusafishia mafuta, kituo cha kuwasiliana na vyombo vinavyorushwa anga za juu na kiwanda cha kutengeneza silaha za kivita. Maswali kochokocho yakamjia Mpunda. Kwa nini watu watengeneze silaha kali za kivita? Mbona hawawezi kuishi kwa amani bila kupigana? Kuna faida gani kurusha vyombo angani?

Ndege ilipotua katika mji uliofuata Johnny alimwambia Mpunda. "Nina mambo mawili ya kushangaza katika awamu hii ya ziara. Sitakwambia sasa lakini ningependa ujionee mwenyewe." Mpunda akajaribu kumwomba ampe fununu lakini hakufanikiwa. Waliposhuka ndege Johnny akamwambia aelekee kwenye lango la upande wa kushoto. Kupita mlangoni hakuamini macho yake alipomwona Digiri amesimama pale akiwasubiri. Walikimbiliana na kukumbatiana na kurukaruka kwa furaha.

Digiri alimweleza yote yaliyotokea. Jinsi alivyoondolewa pale zuu na kuletwa kuungana naye. Alisononeka kumwacha kidosho Molly na akamweleza matumaini ya kuweza kumwona tena. Kila siku Digiri alimwelezea Mpunda sifa za Molly na jinsi alivyotamani kumwona na kuishi naye. Jitihada za Mpunda kumshawishi azingatie mambo yaliyowaleta ughaibuni hazikuwa na mashiko. Kweli penzi ni kama kikohozi. Digiri alikuwa ameionja asali na alitamani mzinga.

* * *

Baadaye wakapelekwa mji mwingine kunakotayarishiwa sinema nyingi. Sinema ambazo walikuwa wameziona kwenye runinga. Wakaonyeshwa majumba ya kifahari yaliyo kando ya bahari wanakoishi wachezaji sinema maarufu. Hata wakapelekwa studio. Wakaona makamera mengi na makubwa na watayarishaji wakiwaongoza waigizaji kutoka onyesho moja hadi lingine. Wakati wa mapumziko walitambulishwa kwake mtayarishaji mkuu ambaye aliwaalika kushiriki kwenye onyesho litakalofuata.

Ingawa walishiriki sehemu ndogo tu ya sinema mtayarishaji alipendezwa sana na hulka ya hawa punda wawili. Sehemu yenyewe ilihusu kushiriki sehemu ya kijiji ambako walijumuika na umati wa watu. Mtayarishaji aliwauliza kama wangependa kushiriki kwenye sehemu kubwa zaidi ya sinema kuhusu punda na rafiki yake ambaye ni jitu la rangi ya kijani kibichi. Alipoelezwa kuwa Mpunda na Digiri ni wageni wanaozuru nchi kwa kutambua harakati zao za kupigania haki za punda, mtayarishaji alivutiwa zaidi. Akasema angependa kuwakaribisha washiriki kwenye sinema hiyo wakati anatayarisha mipango ya kuhadithia harakati zao kwa njia ya sinema. Akaahidi kushauriana na wakuu wa serikali kuona iwapo wataongezwa muda wa kukaa nchini ili miradi hiyo ikamilike.

Mpunda, Digiri na wenyeji wao wakashangazwa na habari hizo njema. Wakawa hawana jawabu la haraka na wakabadilishana anwani kusudi waendelee kuwasiliana. Mpunda na Digiri walishauriana kuhusu maendeleo hayo na nyoyo zikawadunda kwa furaha.

Mpunda alivutiwa na uwezekano wa kuzipanua harakati za kupigania haki za punda wote kwa njia ya sinema. Bila shaka sinema itaonyesha kwa udhahiri jinsi punda wanavyonyanyaswa. Aidha, wao watakuwa mashuhuri na pengine waishi kwenye maeneo haya ya kifahari. Digiri akafikiri jinsi atakavyoweza kumwona Molly wakipata fursa ya kuishi nchini kwa muda zaidi. Jambo hilo lilimfurahisha kweli.

Ziara yao iliwapeleka miji na maeneo mbalimbali. Wakajionea majangwa na misitu, hata mito mikubwa na maziwa. Wakazuru mashamba na miji mikubwa na midogo, kuliko na baridi kali na jua kali, na hata wanakoishi watu wenye rangi tofauti. Kusini magharibi wakapelekwa kuona bonde kubwa sana lililowakumbusha bonde walililoliona kwenye safari yao ya kuelekea Ole Tepesi.

Bonde hili lilikuwa kivutio kikubwa cha wageni. Walifika kutoka mataifa mageni kuja kujionea upana na mvuto wa bonde. Wenye ujasiri waliweza kusimama kwenye jukwaa lililoning'inia angani kujionea vyema maajabu haya ya kimaumbile. Wengine waliweza kushuka hadi chini ya bonde wakivifuata vinjia vilivyovingirikavingirika. Walishangaa kuwaona punda wengi sana waliotumiwa kuwateremsha na kuwapandisha wageni na mizigo yao kwenye vijia hivyo hatari vya kupanda na kushuka.

Mpunda na Digiri walijaribu kuwasemesha punda hao lakini kulikuwa na shida za kimawasiliano. Lugha zao hazikuelewana. Mpunda akaona kuwa kweli punda hawa wanafanyishwa kazi sawa na wale wa Limulul na Ole Tepesi.

Hata hivyo, tofauti moja kubwa ni kuwa punda wa huku hawakucharazwa mijeledi na viboko kama wale wa Limulul. Ngozi zao zilikuwa nyororo na hazikuwa na alama na vidonda. Aidha, walipobebeshwa mizigo walifungwa mgongoni kusudi mizigo isiwakaze sana. Mpunda alitamani sana kuwazungumzia. Digiri kwa upande wake alikuwa macho kuangazia iwapo kwa bahati Molly alikuwa mmoja wao. Bahati haikumwandama leo.

* * *

Kuelekea magharibi zaidi waliwaona punda wengi misituni na barabarani walioishi huru kama wanamwitu. Walijulishwa kuwa hawa ni punda wanaoishi peke yao mwituni. Wazo hilo liliibua maswali mengi sana kwenye fikra za Mpunda na Digiri. Akakumbuka maisha yake msituni kule Limulul. Akakumbuka hadithi kuhusu binadamu walivyowahadaa wanyama na kuanza kuwatumia kubeba mizigo. Kwa nini punda waishi maisha ya kubebeshwa mizigo ilhali wanaweza kuishi mwituni? Maswali haya yalizidi walipofika mji mdogo uliokuwa karibu.

Kulikuwa na punda wengi vitongojini na mjini kwenyewe. Punda walizurura bila kufanya kazi. Wenyeji wa mji huu waliwalisha karoti na mboga. Punda wadogo walikuwa wamepachikwa alama ya nyota kichwani na hawakuwa wakilishwa karoti. Walipoulizia walielezwa kuwa punda wadogo hawawezi kutafuna karoti vyema na nyota hiyo ni ishara ya kuwakinga wasilishwe karoti. Kumbe watu na punda wanaweza kuishi maisha ya kuheshimiana? Wakawaza.

Wenyeji wa mji huu mdogo waliwafurahia na kuwaheshimu punda kutokana na mchango wao mkubwa. Zamani punda walichangia pakubwa katika uchukuzi, kilimo, na hata zaidi uchimbaji migodi uliowatajirisha wenyeji. Kuwashukuru kwa mchango wao mkubwa wakaamua kuwapa punda uhuru wa kutofanya kazi na kutokuwa na njaa. Wakaacha kuwafanyisha kazi na wakaendelea kuwalisha. Mpunda akakumbuka likizo ya mwezi mmoja kule Ole Tepesi na akashindwa kwa nini likizo ya kwao haiwezi kuwa ndefu zaidi.

Kabla hawajaondoka eneo la Kusini Magharibi wakapelekwa kuona sehemu wanamoishi wenyeji asili wa nchi hii kubwa. Barabara ya kuelekea milimani ikabadilika kuwa yenye mashimo mengi. Gari lao lilikuwa na shida kusonga lakini baada ya masaa kadha wakawasili kijiji chenye umaridadi wa rangirangi na nyumba msonge za kuridhisha.

Kufika lango kuu la kijiji wakakaribishwa na kundi la vijana na wazee. Baada ya kujuliana hali wakafikishwa kwenye eneo la kuwakaribisha wageni. Wakatumbuizwa kwa ngoma za kiasili. Umaridadi wa mavazi ya waimbaji ulikuwa wa kukosha macho na kufurahisha moyo. Mapambo ya manyoya ya ndege, pembe za nyati, na ngozi zilizorembeshwa kuunda ngao zilidhihirika zaidi walipocheza ngoma.

Baadaye wakaonyeshwa maeneo ya kijiji na wakabaini kuwa yale waliyoyaona kwenye sinema kuhusu watu hawa hayakuwa ukweli. Wakafahamishwa jinsi walivyonyang'anywa mashamba yao na kuuawa kiholela na wageni ambao sasa ni asilimia kubwa ya watu wa nchi hii. Wakaelezwa kuhusu mapambano ya watu asili ya kupigania haki zao na umaskini mkubwa uliowakabili katika nchi iliyokuwa yao.

Mpunda akaona haya kukumbuka alivyoshangilia sinema kila wakati watu asili waliposhindwa na kuuawa na walowezi. Alifikiri kuwa watu asili daima walikuwa watu wenye kuzua fujo na ghasia. Kama ilivyo kwenye sinema aliwadhani kuwa watu wasiokuwa na hisani wala ukarimu wa kuwakaribisha wageni. Akakumbuka hivyo ndivyo hadithi na hulka ya punda inavyosimuliwa na watu.

Sura ya Kumi na Moja

Uchovu wa safari uliwanasa vilivyo na mara walipoingia ndege yao maalumu walilala usingizi fofofo. Waliamshwa na matangazo ya mhudumu wa ndege akiwaomba abiria wajitayarishe kutua.

Kituo cha kwanza kutembelea leo kilikuwa kiwanda cha kutengeneza soda mashuhuri sana duniani. Wakatembezwa kuonyeshwa jinsi maji, sukari na viungo vingine huchanganywa katika utayarishaji wa soda. Baadaye mitambo iliweka soda kwenye mamilioni ya chupa.

Mpunda akafikiria "Mashine zinafanya kazi yote ya binadamu na kazi inakamilika kwa utaratibu. Mbona mashine zisitumike kuwapunguzia punda kazi yao ya sulubu?"

Digiri akawaza "Molly angekuwa hapa ningemnunulia soda yoyote aipendayo. Soda na keki. Na tungekunywa kutoka chupa moja na baadaye tufurahie kukomesha kiu."

Wakaona soda maarufu za Koko Kola na Fanita walizokunywa nyumbani na bungeni. Kilichowashangaza zaidi ni kutambua kuwa hata soda zingine nyingi walizofikiri ni za kikwao zilikuwa za kigeni. Hata soda walizodhani wapinzani kibiashara ni mali ya kampuni moja. Mwisho wa safari hiyo wakapelekwa chumba chenye vijifereji na vijikombe vingi. Wakaalikwa kuonja kila ladha ya soda waipendayo na kunywa kiasi watakachopenda. Wakanywa Fanita ladha ya maembe, machungwa, matofaa, zabibu, tikitimaji, kitunguu saumu, stroberi na zingine nyingi. Ladha zingine zikawa za kupendeza na zingine za kusababisha kichefuchefu.

Kuondoka kiwanda cha soda wakapelekwa kuonyeshwa kituo mashuhuri cha matangazo ya runinga cha Si Eneni. Lilikuwa jumba kubwa lenye ghorofa nyingi. Ghorofa ya chini ilikuwa na maduka na mikahawa ya aina mbalimbali. Watalii wengi walikitembelea kituo. Walikuwepo pia wafanyakazi na maduka mengi yaliyouza bidhaa zenye nembo ya Si Eneni: vikombe, glasi, kalamu, shati, kofia, na kadhalika.

Baada ya kulipa na kupewa kipachiko chenye kuonyesha wao ni wageni wakaongozwa hadi kwenye ghorofa wanakofanya matangazo. Kupitia vioo vikubwa vya madirisha wakaona watangazaji, watayarishaji vipindi, mafundi mitambo, wanakamera, watafiti habari, na mafundi waratibu sauti. Lilikuwa kama soko lililojaa watu wenye shughuli nyingi. Wakaona sehemu za habari, michezo, utabiri wa hali ya hewa na biashara. Ilikuwepo pia sehemu ya matangazo ya kimataifa na yenye kutangaza kwa lugha zingine za dunia.

Kwenye sehemu ya kimataifa, Mpunda na Digiri walishangaa walipopata mwaliko wa kufanya mahojiano. Ingawa hawakuifahamu lugha kulikuwa na mkalimani wa kusaidia. Wakaelezea harakati zao za kuwatetea punda kwao na safari yao nchini humo. Wakasema jinsi walivyofurahia mwaliko wa kuitembelea nchi hii geni. Walielezea furaha ya kupata fursa ya kujifunza mengi. Kuhusu watakachokosa zaidi watakaporudi makwao, Digiri hakukosa kuirukia fursa hiyo na kusema atakavyomkosa Molly lakini Mpunda akamkatiza na kuelezea kuwa kidosho ni dhana wala si kiumbe. Lakini Digiri akang'ang'ania kupinga kauli hiyo lakini muda ulikuwa umekwisha na mtangazaji akatamatisha mahojiano.

Baadaye, Mpunda akamwita Digiri chemba na kumkanya kuzungumzia habari za Molly kwenye hadhara kama alivyofanya.

"Utadhalilisha ujumbe wetu kwa kutufanya tuonekane kama watalii wanaojitakia makuu tu." Mpunda akamshauri.

"Kweli? Kweli Mpunda? Unaamini unayoyasema?"

"Kwa udhati wa moyo, Digiri."

"Lakini hebu nikweleze mwenzangu. Ungalimwona huyo mrembo hata wewe ungekuwa unasononeka kama mimi. Kwa hivyo, niache niote ndoto zangu. Kamwe siwezi kumwondoa fikrani. Aliteka nusu ya moyo wangu na lazima nijaribu kuikomboa hata kama itachukua muda gani?" Digiri akasisitiza. Mpunda akatambua kuwa hatayabadilisha mawazo ya mwenziwe na akaamua kutozua ubishi wakati huo.

* * *

Baada ya Si Eneni wakapelekwa sehemu muhimu sana katika historia ya kupigania haki za wanyonge. Kituo cha Martin Luther (MLK) kilikuwa na umuhimu mkubwa. Kwanza waliona pale marehemu kiongozi MLK alilazwa pamoja na mkewe aliyemfuata miaka ya baadaye. Wakaelekea kwenye jumba la makumbusho lenye vifaa, vitabu, picha, kanda za video na za sauti, na kumbukumbu zingine kuhusu uongozi wake na harakati za amani alizoziongoza. Baadhi ya nukuu zilizoandikwa kutani na barabarani zilinata makini yao:

"Tutaendelea kupambana hadi haki itiririke kama maji na utu ufululize kama mto mkubwa wenye nguvu."

"Tutashinda kwa vile upinde wa haki ni mrefu lakini daima hupinda kuegemea kunako haki."

"Kutoheshimu haki eneo moja ni tishio kubwa kwa haki kila pembe duniani."

"Giza haliwezi kuliondoa giza, mwangaza pekee ndio unaweza kufanya hivyo. Chuki haiwezi kuiondoa chuki, upendo pekee ndio unaweza kufanya hivyo."

Mpunda na Digiri walijiuliza kwa nini mpatanishi kama huyo alichukiwa na baadhi ya watu nchini mwake. Pia, walishindwa kufahamu kwa nini mtu kama huyo alifungwa jela na hatimaye kuuawa kwa kupigwa risasi. Wakauliza lakini majibu waliyopewa hayakuwaondolea giza. Dunia ilimtambua kama mtetezi wa amani na haki za wanyonge hata akatunukiwa tuzo la Nobeli la Amani. Lakini nchini mwake wakamdharau na hata wengine wakafanya njama na kumuua. Kweli nabii hatambiliki kwao.

Mawazo mazito yaliwaandama kwenye matembezi yao hadi kituo cha rais wa zamani aliyeitwa Jimi Kata. Kituo kilipendeza macho sana. Nyasi ilikuwa imekatwa kwa ustadi na ilinawiri vyema. Mpunda hangejizuia kula kiasi wakati wenyeji wake walishughulikia kulipa kiingilio. Nyasi ilionja kama ile ya nyumbani lakini ilikuwa na ladha nyingine kali ambayo hakuizoea. Maua nayo yalikuwa yamepandwa na kutunzwa kwa ustadi mkubwa pia. Wakaingia na kuelekezwa kwanza kwenye chumba cha kuona sinema. Walionyesha filamu iliyosimulia maisha ya raisi Jimi, urais wake, na haswa kazi muhimu sana ya kuitetea haki ulimwenguni.

Muhimu sana yeye na kituo chake wanashiriki miradi miwili muhimu sana kote duniani. Kwanza, wanashiriki usimamizi wa chaguzi duniani kuhakikisha kuwa wapiga kura wanapata haki ya kumchagua wampendaye. Wakaelezwa kupiga kura ni njia muhimu sana kwa watu kutoa maoni yao kuhusu uongozi na maendeleo.

Hili likamsumbua kidogo Mpunda kutambua kuwa punda wenzake hawakupewa fursa ya kuwachagua. Lakini wazo hilo akalipiga teke la sahau. Pili, rais na kituo chake wanashiriki katika miradi ya kuangamiza magonjwa mabaya duniani.

Kumaliza ziara pale kwa Jimi wakafikishwa kituo cha Si Di Si. Wataalamu wa sayansi na magonjwa mbalimbali wanafanya kazi hapo. Kazi muhimu kwao ni kuchunguza chanzo, maambukizi na matibabu ya magonjwa makuu. Hatari kuu ni kuwa viini na virusi vya magonjwa yote muhimu huhifadhiwa kwenye maabara ya kituo hiki ili kusaidia utafiti. Mpunda na Digiri wakasema hawana nia ya kutembelea kituo hicho wakihofia maambukizi ya maradhi kama vile pepopunda, kimeta, UVIKO, na mengineyo. Wakapewa fursa ya kuwa huru kabla ya safari kuendelea.

Pitapita zao pale mjini waliliona duka lililowakumbusha nyumbani. Kuangalia kwa makini zaidi wakaona mama muuza duka alikuwa na mavazi ya kikwao. Pia alicheza muziki wa kikwao na harufu za chapati, pilau, na mahamri zitawadolola mate. Wakaingia na kumsemesha mama. Kusikia maneno kutoka kinywa cha punda, mama akayakondoa macho na polepole akaanguka. Mumewe kusikia kishindo akakimbia na alipowaona punda wawili akachukua kifagio kuwafukuza. Wakati huohuo Mpunda akamwomba radhi na kumweleza wao wanatoka jamhuri na wanazuru Marikani. Mume naye akayakondoa macho kwa mshangao na kuzirai. Mpunda wakaona ni heri waondoke pale wasije kujitia mashakani. Wakarudi walikowaacha Johnny na wenzake. Njiani wakayasikia magari ya polisi na moja la kubeba wagonjwa yakifululiza kuelekea walikotoka.

* * *

Awamu hii ndege ilitua usiku kwenye mji uliokuwa na mataa mengi ya rangirangi. Mji ulipendeza ajabu. Kushuka ndege tu walilakiwa na warembo waliokuwa wamevaa mavazi haba. Wakapuliziwa marashi ya kunukia na kupakwa mafuta ya kupendeza. Hapa punda na wenyeji wakatawanyika. Wenyeji wakachukuliwa na kupelekwa kwenye gari moja refu. Mpunda na Digiri nao wakaelekezwa kwenye gari lililokuwa na punda wengine wawili. Hawakuweza kuwaona vyema kwa vile gari lilikuwa lenye gizagiza ingawa kulikuwa na mataa ya rangirangi mle ndani na muziki mwororo.

Punda wale wawili walikuwa wajuzi wa kukaribisha na kuwastarehesha wageni wao. Gari likafululiza mwendo wa taratibu usiku kucha. Vyakula na vinywaji vilikuwa kochokocho mle ndani ya gari la starehe. Pia kulikuwa na kochi na vitanda. Ndani ya gari kulikuwa na maandishi: "Yanayotendeka 'mji wa dhambi' hubaki mumu humu. Hayaulizwi. Hayasemwi." Mwenye kutaka kuifahamu tajriba ile inampasa ajifikishe mwenyewe.

Mpunda na Digiri walipoamka walijiunga na wenyeji na hakuna aliyenena yaliyotokea usiku uliotangulia. Walipanda ndege kuelekea pwani ya kusini mashariki. Wenyeji wa mji huu walipenda gwaride na muziki.

Usiku wakapelekwa barabara moja iliyokuwa na watu wengi ajabu. Usiku kucha watu wakawa wanatembea kutoka upande mmoja wa barabara hadi mwingine. Kulikuwemo na vilabu vingi vilivyocheza muziki wa aina tofautitofauti. Walikuwepo wanasarakasi na watumbuizaji wengi hata watu waliosimama ghorofani na kuwarushia waliotembea mikufu ya rangirangi. Watu wote walikuwa na furaha na hawakujali kuwaona punda wawili miongoni mwao.

Sura ya Kumi na Mbili

NYUMBU ANAWEZA KUFANYA YOTE FARASI AYAFANYAYO. Bango kubwa lililoning'ing'inia katikati ya mji lilitangaza. Kandokando ya barabara watu wengi walisimama wakisubiri tamasha ianze. Jua liliwaka kwa wastani na hakukuwa hata wingu moja mbingini. Upepo mwanana ulivuma na kuwabarizi waliofika kuhudhuria tamasha.

Mpunda na Digiri walipata mwaliko wa heshima kushuhudia tamasha hii inayofanyika kila mwaka katika mji wa Kolombiya. Mji huu unajisifia kuwa makao makuu ya nyumbu duniani. Kwa miaka zaidi ya mia moja wenyeji wa Kolombiya wamekuwa wakizalisha punda wa kiume na farasi wa kike ile wampate nyumbu. Ustadi wa punda na wepesi wa farasi huchangia kumfanya nyumbu kiumbe anayependwa kwa utendakazi na sherehe.

Waliona sanamu kubwa ya nyumbu nje ya jumba lililorembeshwa kwa nakshi. Ndani ya jumba hilo waliona picha za zamani za nyumbu wakishiriki kwenye shughuli za kijeshi. Walibeba mizigo mizito kwenye maeneo ambayo magari hayafiki. Kwingineko walitumika kuwabeba askari waliojeruhiwa na hata kubeba silaha ndogondogo kufikia maeneo ya misitu, mabonde na milima. Sehemu nyingine ya jumba ilionyesha nyumbu waliotuzwa medali kwa mchango mkubwa katika maendeleo ya kilimo, biashara, uchukuzi na usalama.

"Mpunda naona hawa binadamu wanathamini mchango wa nyumbu."

"Kabisa! Jumba la kusherehekea mchango wao na siku ya kusherehekea kama hii ya leo. Mbona isiwe hivi kwa punda wenzetu kule nyumbani, Digiri?"

Mazungumzo yao yalikatishwa na mlio wa tarumbeta. Shangwe na nderemo zikasikika nje. Tamasha ya kuwashukuru nyumbu na kuonyesha uwezo na umahiri wao ilikuwa inaanza. Walipoondoka na kusimama mlangoni walishangaa kuona barabara iliyopita katikati mwa mji imejaa mbwembwe za gwaride.

* * *

Msafara mkubwa ulinyooka kutoka jumba la serikali lililokuwa kilimani kuelekea katikati mwa mji. Nyumbu wawili walioshinda tamasha la mwaka uliotangulia waliiongoza gwaride. Walivishwa koja la maua na virembesho vingine vya ushindi. Walikivuta kirikwama kilichokuwa kimepambwa kwa rangi za kuvutia macho.

Gwaride liliongozwa na vijana waliocheza ngoma, tarumbeta, saksofoni, na ala zingine za kikwao. Vijana hawa walikuwa stadi wa kucheza ngoma. Wasichana walivirusha vijiti angani, kujivingirisha na kuvikamata kabla havijaanguka. Wavulana wacheza ngoma nao walitembea kama askari. Kila baada ya hatua kadha walisimama ghafla na kufanya mienendo iliyounda mipangilio tofauti ya kupendeza. Wenye kucheza ala zingine walijumuika pia kwenye kutumbuiza watazamaji na sharashamra zao.

Waliofuata kwenye msafara walikuwa nyumbu wale wawili washindi wakifuatiwa na nyumbu wengine wa rangi na ukubwa tofauti. Walipangwa wawiliwawili wakivuta vijirikwama vilivyorembeshwa kwa nakshi. Jozi la nyumbu weusi ikafuatwa na jozi la wale wa hudhurungi kisha wale wa kijivu na weupe. Nyumbu walipangwa pia kulingana na ukubwa. Wenye aila ya mbilikimo na wachanga walitangulia na wale wakubwa zaidi wakiwa mwisho wa gwaride.

"Lazima tupiganie kuwepo siku ya kuwaheshimu punda tutakaporudi. Ole Tepesi haitoshi na haijatambuliwa rasmi. Lazima tulete mswada bungeni, au sivyo Digiri?" Mpunda akamwuliza. Digiri hakujibu. Mpunda akamgeukia na kuona kuwa alikuwa amepigwa butwaa na gwaride.

"Digiri, umenisikia?" Mpunda akamsukuma.

"Pole. Umesema nini?" Digiri akamuuliza bila kuyaondoa macho kwenye gwaride.

"Tuseme yale yote nimesema nilikuwa najisemea?" Mpunda akamuuliza.

"Mimi nilikuwa nimezama kwenye uhondo huu wa gwaride. Na nimetambua kuwa alikuwa nyumbu. Hata huenda akawa yumo kwenye gwaride hili." Digiri akanena.

"Ole wangu! Huu si wakati wa kuyazungumzia mambo ya kidosho." Mpunda akalalamika.

"Fikiria mwenzangu. Ndoa yetu itakuwa na gwaride kama ..." Digiri akaanza.

"Sitaki! Sitaki! Nimesinywa na ndoto zako. Yaani kila kitu ni Molly, Molly?" Mpunda akanung'unika.

"Wajua hata wewe unaweza kujipatia kidosho hapa. Fungua macho uone na uonje. Maisha si kazi na siasa tu. Jilegeze kidogo mwenzangu." Digiri akamshauri.

Mazungumzo yao yalikatizwa na tangazo lililotolewa kwenye kipaza sauti. Mwisho wa gwaride alikuwepo mgeni mheshimiwa.

Alikuwa ni mkuu wa mji huo aliyepanda gari jekundu lisilokuwa na paa. Aliwapungia mkono waliosimama kandokando ya barabara huku msaidizi wake akiwarushia watu zawadi ndogondogo. Alipofika kwenye kibanda cha wageni waalikwa alishuka na kuelekea kwenye kipaza sauti.

Aliwashukuru wote waliofika mjini kwa tamasha. Akawakaribisha. Akawashukuru wenyeji kwa kujitokeza kwa wingi na kuhakikisha tamasha imefanikiwa. Muhimu akawamiminia sifa nyumbu ambao alisema wamekuwa washirika wema katika maendeleo ya Kolombiya. Akatangaza tamasha kufunguliwa rasmi.

Siku tano za tamasha zilifululiza kwa kasi sana. Waandalizi walipanga shughuli kemkem za kudhihirisha uhodari wa nyumbu. Mashindano mbalimbali yaliwasisimua waliohudhuria. Mpunda na Digiri walihudhuria shughuli nyingi wiki yote.

Siku ya kwanza waliona mashindano ya kumtambua nyumbu mwenye nguvu kushinda wote. Shindano lilikuwa la kuburura magogo yenye ukubwa na uzito tofauti. Mpunda alivutiwa kuona kuwa nyumbu walihimizwa kwa maneno na wengine kwa muziki bali siyo kwa mijeledi kama ilivyokuwa Limulul na kwingineko. Siku ya pili Digiri alichepuka na kushinda akiwazungumzia nyumbu ambao hawakuwa wakishiriki mashindano. Hawakuelewana lugha na hakumwona Molly ingawa roho ilimdunda sana alipomwona nyumbu aliyefanana naye. Lakini ikatokea kuwa si Molly. Hata hivyo, Digiri hakukosa kujaribu kumsemesha. Ng'o! Hawakuelewana.

Mpunda naye alishinda akitazama mashindano ya kupanda nyumbu. Kulikuwa na mashindano ya watu wazima waliowapanda nyumbu wakubwa na yale ya watoto waliowapanda nyumbu wachanga. Aidha, kukawa na mbio za moja kwa moja kutambua mwenye kasi zaidi ya masafa mafupi. Vilevile, kulikuwa na mbio za kuzunguka vikwazo.

Siku zilizofuata zilikuwa na mashindano ya milio na madaha ya mwendo. Ni nyumbu yupi aliweza kutoa mlio wenye nguvu zaidi? Ni nyumbu yupi aliweza kutembea kwa madaha kushinda wote? Haya yalikuwa mashindano ya kusisimua umati.

Kutamatisha kulikuwa na mashindano ya kuamua ni msichana yupi pale mjini atapata tuzo la mrembo wa tamasha za nyumbu. Warembo walishindana kutunza, kupanda, na hata kuwaongoza wale nyumbu wenye mwendo wa madaha. Baadaye waliulizwa maswali kubaini walivyowafahamu nyumbu. Mshindi alipewa taji na kuruhusiwa kupanda gari lililoongoza gwaride la kufunga tamasha.

Mpunda alivutiwa sana na tamasha hii na akawauliza wenyeji wake wawapeleke kwenye tamasha nyingine kama hiyo.

Sura ya Kumi na Tatu

Mipango ilikamilika ya safari ya kwenda mji wa Otumbo kuona tamasha ya punda. Otumbo ni mji mdogo katika nchi jirani ya Mehiko. Mji huu wa kihistoria uliojengwa milimani unasifika sana kwa kilimo, usafirishaji, ufugaji wa punda, na shughuli nyingi zinazohusiana na punda. Kivutio kikubwa zaidi mjini ni tamasha ya punda.

Ingawa punda wa Otumbo wana kimo kidogo kushinda punda wengine, wana nguvu kama wenzao wengine. Aidha, ni punda wenye ngozi za rangi tofauti. Kuna punda wa kijivu, hudhurungi, weusi na weupe. Watu wa Otumbo wanawaheshimu na kuwatunza vyema punda kiasi kuwa kila mwaka wanawaandalia tamasha.

Mpunda na Digiri walipowasili Otumbo walishangaa jinsi nchi hii ilivyofanana zaidi na nchi yao. Watu, miji, mashamba, utamaduni na hata lugha ziliegemea kufanana na kwao. Watu wa Otumbo pia ni wacheshi na wakarimu. Ucheshi huu unadhihirika zaidi kwenye tamasha.

Gwaride la punda huwa ni onyesho la ubunifu wa kisanaa. Kila punda hupambwa kwa mavazi na vinyago kuelezea ujumbe fulani. Digiri alivutiwa sana na wale waliopambwa kufanana na wasanii mashuhuri. Kuna wale waliovalishwa shati za kuchezea soka zenye nambari mgongoni na majina ya wachezaji mashuhuri kama vile Messi, Ronaldo, Mbappe, na Lamine.

Wengine wakavishwa kofia aina za sombrero, vitambaa vidogo vya kusitiri pua na mdomo, na skafu nyeupe shingoni. Wengine wakapewa hulka ya wanawake mashuhuri kama vile Beyonce, Madonna, J. Lo, Oprah, na wengineo. Yule aliyepakwa wanja, rangi ya midomo, nywele ya kichwani bandia, na kuongezewa shehena la upande wa nyuma alishangiliwa sana. Wengine walivalishwa mavazi sahili kuashiria wakulima, wasonazo, walevi na wenye tabia ya kudharauliwa.

Pamoja na gwaride kulikuwa na michezo ya polo na mpira wa kikapu. Polo ilichezwa na wachezaji waliopanda punda waliojaribu kufunga bao kwa kuusukuma mpira mkubwa wakitumia fagio. Bila shaka wakinzani wao walifanya juhudi kuwanyang'anya mpira na kufunga bao. Mpira wa kikapu ulikuwa na ugumu wake. Kila mchezaji alijaribu kumvuta punda akaribie mpira kusudi auchukue na kumrushia mwenzake afunge bao.

Mashindano ya mbio za punda yalifanyika pia. Punda wengi walidhihirisha wepesi wao kukimbia na kuruka viunzi. Viunzi vilikuwa vya vipimo mbalimbali kulingana na ukubwa na umri wa washindani. Hata punda wazee sana walishiriki na ingawa hawakuweza kushindana kwa ustadi, walitilia uzito usemi kuwa uzee si ugonjwa.

Kama ilivyokuwa kawaida yake, Digiri alijaribu kuwazungumzia punda akina dada. Alishangaa kukutana na mmoja ambaye walielewana lugha.

"Jameni vipi ikatokea unaielewa lugha yangu na wengine hawaelewi?" Digiri akamuuliza.

"Nitashindwaje kuisema lugha yangu?" Yule punda akamuuliza.

"Ni vile huku ni mbali sana na kwa muda mrefu sijapata kukutana na anayeelewa lugha yangu. Mimi ninaitwa Digiri na niko ziarani kutembelea sehemu hizi. Unaitwaje dada?"

"Mimi ninaitwa Linda."

"Linda! Ninashukuru kukujua. Jina lako ni maridadi kama maua ya Ole Tepesi."

"Ole Tepesi? Kumbe wewe unajua Ole Tepesi?" Masikio ya Linda yakasimama wima.

"Bila shaka? Kwani hapa Mehiko kuna Ole Tepesi pia?"

"La, Digiri! Ninamaanisha Ole Tepesi ya kwetu. Kule punda wanakusanyika kwa likizo. Unakufahamu?"

"Haiya! Ole Tepesi hiyo? Nilikuwa huko muda usiokuwa mrefu. Unajuaje Ole Tepesi?"

"Huko ni nyumbani. *Ushago. Ingo*. Ama ukipenda *Nyalgunga*." Linda akacheka.

"Wewe basi kweli *dame* wa kwetu. Hata lugha unaikoroga kama *mdede* wa mtaani. Lakini ulifikaje huku hadi ukawa mwenyeji unayesema lugha yao na kushiriki utamaduni wa huku?"

"Kama vile ulivyofika huku Bwana-a-a ..."

"Digiri ama ukipenda Mr. Digriz ..."

"Nitakuita jina lako la kienyeji, Digiri. Haya mengine ya kujibandika hayafai. Nilikuwa ninasema nini?"

"Eti wewe ni mrembo na sauti yako inalegeza magoti yangu." Digiri akimkaribia.

"Nakuona unajaribu kupiga mistari ya kunikatia. Wewe mjanja sana. Uliuliza ilikuwaje nikaishi huku. Hebu wewe unieleze nami nitakueleza. Kwanza hata sikujui vyema ila jina lako tu."

"Hebu basi tunyooshe miguu kidogo nikueleze. Sipendi kusimama sana na ningependa unionyeshe mji huu." Digiri akaanza kutembea sehemu kadha za mji kulipokuwa na tamasha. Digiri akamweleza kwa kifupi kuhusu Ole Tepesi, kuteuliwa kuwa mbunge, safari yao katika miji mbalimbali ya Marikani, na walivyoomba kuonyeshwa tamasha za punda baada ya kuziona zile za nyumbu.

Linda alimweleza jinsi alivyoletwa kwa mafunzo maalum ya kukabiliana na maovu. Kukabiliana na maovu kama njia mojawapo ya kueneza wema duniani. Kwa mfano, mbali na kuwatimua magaidi na wachuuzi wa madawa ya kulevya kutoka mafichoni, walishiriki kwenye operesheni za kueneza elimu, amani na afya kunako ukosefu wa mahitaji haya muhimu.

"Na Ole Tepesi ...?" Digiri akaanza kuuliza.

"Sijui kama kuna sehemu ya nchi ambayo sijaitembelea. Nilisajiliwa nilipokuwa Ole Tepesi na baada ya hapo nikapelekwa kambi kadha nchini kwa mafunzo maalum. Kisha nikasafirishwa hapa kwa mafunzo zaidi. Tunahudumu katika nchi na tamaduni geni." Linda akamjibu.

Digiri na Linda wakaendelea na mazungumzo yao hadi kwenye mti mkubwa wa matunda matamu uliokuwa juu ya kilima. Mti ulikuwa na matunda mengi. Wakiutingisha kidogo matunda yalianguka. Waliyafurahia matunda matamu, kivuli kilichowakinga kutokana na jua kali, na mvumo wa upepo mwanana. Walipokula wakashiba, walijilaza kwenye nyasi nyororo. Pale kilimani waliweza kuona na kuzisikia shaghalabaghala za tamasha.

Digiri alitamani usiku usiingie haraka kusudi aendelee kufurahia kuwa karibu na Linda. Hata hivyo, jua lilitua. Kwa bahati nzuri kulikuwa na mbalamwezi kubwa ya rangi ya majano iliyochomoza. Walifurahia maumbile na wakasahau usiku umeingia. Usiku kucha walikaa pale. Wakishikwa na njaa walikula matunda. Wakihisi baridi, walikumbatiana na kupapasana.

* * *

Linda alikuwa na hadithi nyingi za operesheni za kikosi chao maalum. Alimhadithia kuhusu operesheni nyingi walizoshiriki. Operesheni ya kwanza ilihusu safari za kuwapelekea watoto vitabu vya kusoma. Watoto hawa waliishi kwenye vijiji vilivyoko kwenye milima mirefu katika nchi ya Kolombia.

Kolombia ni nchi yenye milimamilima na watu wake wanaishi ama milimani au mabondeni. Kuna barabara moja inayonyooka milimani yenye kona za kutisha. Kando ya barabara kuna mteremko wa kuhofisha kweli. Barabara ni nyembamba na nyakati za mvua haipitiki kutokana na hatari ama ya kuteleza na kuanguka mamia ya futi au hatari ya maporomoko ya ardhi.

Nyakati za mvua, punda na nyumbu hutumika kusafirisha watu na mizigo. Lakini bado kuna vijiji visivyofikika kwa gari. Wakulima na wafugaji wa sehemu hizi hujitahidi wawezavyo kuwapatia watoto wao maisha yasiyokuwa na ugumu mkubwa wa kujikimu. Mshirika mkubwa wa vijiji hivi amekuwa Bwana Jose na punda wake watatu.

Kwa miaka mingi Bwana Jose amekuwa akizuru miji na shule kwenye sehemu za nchi zisizofikika kwa gari. Afikapo mjini hukusanya vitabu vya watoto visivyotumika tena kutoka shuleni, maktabani na maofisini. Anavipeleka vitabu hivi vijijini na kuwapa watoto wavisome hadi atakaporudi kuvichukua. Akivichukua vitabu kutoka kijiji kimoja anavipeleka kingine hadi pale atakapomaliza raundi ya vijiji sita anavyovihudumia. Halafu anarudi mijini kuvikusanya vitabu vipya.

Safari hii punda wake mmoja alikuwa amepata jeraha la mguuni na alihitaji kupumzika. Aidha, wanakijiji wa vijiji viwili vipya walimwomba Bwana Jose awaletee watoto wao vitabu. Linda na punda mwingine waliombwa wasafiri hadi Kolombia kumsaidia Bwana Jose. Linda akaendelea kumsimulia Digiri.

"Safari za milima hiyo siyo safari lakini hatari tupu. Kupanda, kushuka, kuvuka mito, kupenya misitu, shida ya kupumua, na usitaje wadudu. Lakini yote hayo yalisahaulika tulipofika kijijini na watu wakagundua maktaba ya Bwana Jose imewasili. Watoto wanakimbia kutulaki kwa shangwe na mbwembwe. Tunapapaswa na kupewa vitamu na kufurahiwa kwa udhati. Siku tunapokaa kijijini huwa kuna sherehe za kusoma na kutambiana hadithi pamoja. Karamu za kutukaribisha hazikosi. Watoto wanazisimulia tena hadithi walizozisoma kana kwamba hadithi hizi ziliandikiwa huko kijijini mwao. Zinafurahisha kweli. Kila mwanakijiji anafurahia wema wa Bwana Jose na jitihada za punda wake kufika maeneo haya magumu." Linda akaelezea.

Hata hivyo, safari haikosi vitushi vyake. Linda alikumbuka jinsi siku moja walivyokutana na wachuuzi wa mihadharati waliotaka kumnyang'anya Bwana Jose punda wake.

"Tulikuwa kwenye safari yetu kuelekea kijiji kipya tulipoona moshi ukivuka kutoka sehemu moja ya msitu. Tukadhani hiki ndicho kijiji kipya. Kukaribia tukagundua si kijiji ila kiwanda cha mihadarati. Ninakiita kiwanda kwa kukosa neno mwafaka lakini si kiwanda cha kawaida. Lilikuwa shamba la msituni ambapo wauza mihadarati walikuwa wakipanda, kuvuna, na kupakia madawa ya kulevya. Wafahamu?"

"Nakuelewa, Linda. Hatari kubwa. Sasa mlifanyaje?"

"Kabla hatujaamua la kufanya tulikuwa tumezingirwa na jamaa watatu wenye mabunduki makubwa. Wakamkemea na kumsukumasukuma Bwana Jose. Kisha wakampekechua kuona iwapo amebeba silaha ama kamera. Baadaye wakaipekechua mizigo na kuvirusharusha vitabu tulivyovibeba kiholela. Hasira zikatupanda lakini tukasubiri nafasi mwafaka. Bunduki zao zilikuwa hatari na tulijua wanaweza kutudhuru.

Siku iliyofuata wakayatoa magunia mazito ya ungaunga wao kusudi tuyasafirishe pamoja na punda wao walioonekana wadhaifu. Walipokuwa wakiipakia mizigo, tukapata fursa tuliyokuwa tunaingojea. Kivumbi! Maskini hawakutambua kilichowapata. Tuliwacharazacharaza mateke ya rasharasha. Punda wao pia wakashiriki kuwakanyanga na kuwauma. Sijui kama watu hao wataweza kutafuna chochote tena. Hata kutembea tena nina shaka. Kilichotushangaza zaidi ni kuona idadi ya vijana na wazee waliokuwa wakifanyishwa kazi ya utumwa pale kiwandani. Vurugu ilipochacha na neno kusambazwa kuwa wauza mihadarati wamekomeshwa, wafanyakazi walijitokeza kutoka kiwandani wakishangilia uhuru wao." Linda akasimama kujinyosha misuli.

"Salala! Kumbe wewe hatari hivyo? Ama ndiyo sababu wakakuita Linda?"

"Siringi lakini nimefunzwa vyema kuizima hatari yoyote kwa wepesi. Jambo lililonifurahisha zaidi ni kuona kuwa punda na watu waliokandamizwa na wahalifu hawa walitamani uhuru wao. Sisi tuliwapa fursa tu ya kujikomboa nao wakaipokea. Hata baada ya sisi kurudi tunaarifiwa operesheni ya Bwana Jose inazidi kupanuka."

* * *

Kambi ya wakimbizi ya Dabadaba inayasitiri mengi yasiyoonekana kwa jicho lisilo pevu. Ni dhahiri kuwa wakazi wengi waliotoroka vita nchini mwao. Idadi kubwa zaidi ni watu wema wasiopenda vurugu wala vita. Wanayaendeleza maisha yao wakitamani amani itarejea kwao kusudi warejelee maisha ya kulijenga taifa lao.

Hata hivyo, sawia na jamii yoyote nyingine duniani mumo humo kambini hapakosi vidudumtu na wakarofi wenye nia mbaya. Badala ya kusaidia kuyaboresha maisha ya wakimbizi, kazi yao ni kuwachochea vijana kushiriki mienendo miovu ya kigaidi. Upelelezi wa kawaida haukupata mafaniko kwa vile wakazi walipewa vitisho vingi vya kutonena lolote walijualo. Walionywa usaliti huzua mazao yenye machungu.

"Tulipelekwa kule kambini kubeba mizigo ya mashirika ya kigeni yaliyohudumia wakimbizi na pia kuwabebea watu wengine mizigo yao. Lakini muhimu zaidi, kazi yetu ilikuwa ni kubaini kiini cha silaha mbaya zinazoletwa kwa siri. Pia, tulitaka kujua wakuu wa uchochezi ni akina nani?" Linda akamwelezea.

"Jasusi? Upelelezi...?" Digiri akadakia.

"Unaweza kuiita kazi yetu jina lolote lakini kilicho muhimu ni kuwa tulitaka kukabiliana na wenye kuzua fujo na maafa." Linda akajitetea.

"Basi mlifanyaje?" Digiri akayarusharusha mateke na kuyalipua mabomu ya kulishafisha tumbo.

"Fweeeeeeeeeeeee! Nenda mbali! Umekula nini Digiri? Na si adabu njema kuyalipua mabomu yako ukiwa karibu na mrembo." Linda akamwondokea.

"Samahani sana, mrembo. Labda haya matunda yenu yanasababisha uvundo tumboni. Wajua hadithi hizi zako za vituko *zimenibamba* hata nikajisahau kidogo. Lakini subiri hapa dakika moja, ewe kipusa wangu, nikuhakikishie kuwa mimi ni muungwana mwenye staha na heshima." Digiri akachepuka.

Dakika chache akarudi ameyauma maua ya rangirangi. Akamkaribia Linda aliyekuwa akicheka kubaini yanayoendelea. Digiri akamkabidhi yale maua. Linda akasita kuyachukua lakini Digiri akang'ang'ania. Linda akajifanya kutoroka naye Digiri akamwandama huku wakichezacheza na kujigaragaza nyasini kwa furaha. Mwishowe, akayachukua maua na Digiri akaendelea kumpapasa na kusuguasugua shingo na mgongo. Wakafurahia kuwa pamoja. Wakala matunda matamu. Wakapumzika. Wakafurahi.

"Ulikuwa ukinielezea kuhusu operesheni ya pale kambini..." Digiri akamkumbusha.

"Kabla hujakilipua kisa changu na makombora yako..." Linda akamtania.

"Tuseme sasa sitapata amani milele kwa sababu ya panya

mmoja aliyeteguka?" Digiri akajitetea.

"Panya ama jipanya?" Linda akacheka.

"Weee endelea na hadithi, yaliyopita si ndwele." Digiri akamsihi.

"Haya, basi tuyaache. Lakini usirudie hiyo tabia mbaya. Kule kambini kazi ilikuwa ngumu na ya kuchosha. Kila wiki mashirika ya kigeni yalileta aina zote za bidhaa kuyakimu mahitaji ya wakimbizi: vyakula, dawa, vifaa vya hospitalini na shuleni, na kadhalika." Akaendelea.

Linda alielezea jinsi walivyobeba bidhaa kutoka kiwanja cha ndege hadi ghala kuu. Kisha wakabeba bidhaa kutoka ghala hadi sehemu mbalimbali za kambi. Kambi, kama alivyoelezea, ilikuwa kama jiji

la hema na nyumba madongoporomoka. Kulikuwa na barabara na vichochoro kila mahali. Mle kambini kulikuwa na maduka, mabaa, hospitali, makanisa, misikiti, vituo vya polisi, na nyumba za kisasa za wafanyakazi waliofanya kazi katika mashirika husika.

"Usiku tulikuwa huru kutembeatembea kote kambini." Usiku mmoja wenye mbalamwezi ya kung'ara walishuhudia mwendo uliowavuta makini. Magari yalikuwa yakielekea sehemu moja ya kambi kwa mwendo wa taratibu mataa yakiwa yamezimwa. Linda wakajificha nyuma ya kichaka kilichokuwa karibu na kuchunguza kisa na maana.

"Magari yakafululiza karibu na nyumba za wafanyikazi. Kufika tu, wafanyikazi wawili wakatokeza na kuandamwa na magari hadi kwenye ghala kuu. Bidhaa fulani zikapakiwa kwa haraka na magari yakaondoka kwa upole, mataa yakiwa yamezimwa. Tukatambua kuwa tumeupata mtara wa windo. Hatukujua kinachoendelea lakini tulikuwa na hamu kujua." Linda alisema.

Waliamua kuwashirikisha punda wenzao katika kudadisi jambo hili. Baada ya miezi miwili hivi walitambua kuwa magari yale yalitoka na kurejea sehemu za mpakani. Pia, waliwatambua wafanyakazi waliokuwa wakiwauzia watu wale bidhaa zilizotolewa kama msaada kwa wakimbizi. Muhimu zaidi walitambua kuwa safari hizi za usiku ziliwaleta wageni wapya kambini. Wageni hawa hawakusajiliwa wala kukaguliwa kama ilivyokuwa kanuni. Waliachwa shuleni na siku iliyofuatia walitafutiwa nyumba ama hema za kuishi na wale wafanyikazi wawili.

"Wengi wa wageni wale hawakuonekana tena baada ya ripoti za shambulio la kigaidi kutokea. Lakini kuna wale waliobaki kambini na walishiriki sana kwenye shughuli za vijana pale kambini. Aidha, wale wafanyakazi wa mashirika walishiriki shughuli nyingi za vijana." Linda akaendelea na masimulizi.

Walipokusanya ripoti ya uchunguzi na kuwaelezea wakuu wao, Operesheni Vuruga Gaidi (OVG) ikashika kasi. Kwanza, ilibidi waweke vifaa vya kunasa sauti na kutambulisha mwendo wa magari husika. Binadamu walichukua dhima hiyo na kupachika vifaa hivyo vidogo kwa siri. Walitambua wanakotokea na wanakorudi wenye magari hayo. Kisha wakaweza kusikiliza mazungumzo yote miongoni mwa watu husika.

Siku ile kikosi kilipopanga kuwanasa magaidi wote na washirika wao likatokea jambo la kutatanisha. Gari la abiria walilokuwa wamelikodi wanakikosi kuwasafirisha kambini lilikanyaga bomu la kutegwa. Inaonekana kidudumtu fulani alikuwa amewapasha habari magaidi. Wanakikosi wengi wakajeruhiwa. Kabla hawajapata usaidizi wakashambuliwa na kunyang'anywa silaha. Baadhi yao wakapoteza maisha wakijaribu kujikinga shambulio.

Usaidizi ulipofika, magaidi tayari walikuwa wamesafiri mji uliokuwa karibu na kuwashambulia wakaaji. Walikishambulia kwanza kituo kidogo cha polisi ili kuzima upinzani. Milio ya bunduki wakati wa mashambulizi ya kituo cha polisi ikawafurusha wengi wakatorokea mashambani na msitu uliokuwa karibu. Magaidi wakapora mabenki na maduka na kuyachukua magari ya wenyewe kutoroka kuelekea mpakani.

Helikopta za kijeshi zilikuwa zimeitikia dharura na kuwaandama magaidi. Ingawa walikuwa wamevuka mpaka kuelekea kijiji chao, hawakupata fursa ya kuingia kijiji wala kufurahia walichopora. Sauti waliyoisikia ikitoka mbinguni haikuwa radi. Mwanga waliouona haukuwa umeme.

"Washirika wa pale kambini walionekana kushikwa na kiwewe. Inaonekana habari ya mashambulio ilikuwa imewafikia. Mienendo yao ikawa ya dharura na ikatubidi tufanye lililotubidi. Ilionekana kulikuwa na mkutano ulioitishwa pale ukumbi wa shuleni. Mimi na mwenzangu tukasubiri wafike. Kulikuwa na wageni wanne waliofika majuzi na wafanyikazi wawili wa mashirika. Walisema kwa sauti za chini. Mara tukazima taa za ukumbi na kuingia kwa fujo. Mateke ya kichwani, kifuani, mgongoni, na hata magotini yalitimiza wajibu. Hawangeweza kutembea. Asubuhi wakaja wanausalama kuwachukua. Operesheni yetu ikawa imefikia kikomo." Linda akahitisha usimulizi wa kadhia hiyo. Digiri alibaki kinywa wazi.

Sura ya Kumi na Nne

Mpunda alikuwa amezama sana kwenye tamasha na kubadilishana mawazo na wakuu wa tamasha. Aliahidiwa msaada wowote autakao kumwezesha kuandaa tamasha sawia akirudi kwao. Aliulizwa iwapo kuna sherehe za kutambua umuhimu na umahiri wa punda na akawaelezea kuhusu Ole Tepesi.

Mazungumzo yalipoendelea alielezwa historia ya mashindano. Aliulizia kuhusu sanamu ya punda iliyokuwa karibu na jukwaa. Sanamu ilikuwa kubwa na ya kupendeza. na ilidhihirisha hulka ya punda. Sanamu ilikuwa imeundwa kwa chuma. Iling'ara na kudhihirisha nguvu za punda. Sura ya sanamu ilimwonyesha punda akiyatafakari mazito. Muhimu zaidi punda huyu alikuwa amevaa shati, koti, na tai. Mfuko wa mbele wa punda huyu ulikuwa na kalamu nyingi sawa na vile wasomi wengine wanapenda kubeba kalamu zao. Mpunda alitaka kujua yaliyowapelekea kumsawiri punda huyu jinsi hiyo.

"Kusema kweli wazo hili tulipewa na wageni wetu waliofika kutoka maeneo ya Kurdi katika sehemu za Uajemi. Mwaka mmoja walituma maombi ya kuja kuona tamasha yetu. Walikuwa wamesikia jinsi punda na binadamu wanavyotangamana vizuri hapa Otumbo na walitaka kujifunza zaidi." Miaka miwili baadaye walifika kutuarifu wameunda chama cha kisiasa kinachoitwa Chama cha Kisiasa cha Punda. Binadamu waliopanga kutetea haki za punda na wanyama wengine. Muhimu zaidi walitaka kutambua mchango mkubwa wa punda katika harakati zao za kupigania ukombozi. Mjumbe mmoja aliwakumbusha kuwa wakati mmoja katika harakati zao za kupigania ukombozi, rafiki waliyemtegemea kila mara alikuwa mmoja: Punda. Ndiposa ishara yao ya chama ikawa ni punda." Mkuu wa tamasha akafafanua.

Safari ya Otumbo ilifika kikomo. Wakawaaga wenyeji wao kwa ukarimu mkubwa na wakarejea Marekani. Hafla ya kuwaaga Mpunda na Digiri ilikuwa ya kufana sana. Wenyeji wao na wote waliohusika kuiandaa safari hii ya Ughaibuni walifurahishwa sana na matokeo yake. Waliamini kwamba wameweza kuwapa wajumbe hawa wapya taswira njema ya Warekani. Waliamini wamezipanda mbegu za itikadi yao kwenye nafsi zao. Wakajua kwamba wamepata washirika zaidi bungeni ambao wataendelea kuyatetea maslahi yao inapohitajika.

Jumba la hafla lilikuwa limepambwa likapambika. Wageni walifika kwa wingi. Chakula kiliandaliwa kwa ukarimu na ustadi wa kimapishi. Vinywaji vya kila aina vilitiririka kutoka vibuyu vilivyowekwa kila pembe. Bendi iliporomosha muziki mwororo wa kuongoa.

Hotuba fupi zikatolewa. Shukrani zikafuata. Zawadi zikatolewa kwa ukarimu. Mpunda na Digiri walitunukiwa zawadi ya gari la kifahari la kuwawezesha kutembelea punda wenzao watakaporudi nyumbani. Aidha, walituzwa medali za heshima kwa jitihada zao za kutetea haki za punda duniani. Halafu wakapewa kadi za mikopo zenye kiasi ambacho hakikutajwa kwa matumizi yao kama wapendavyo. Hatimaye wakapewa tiketi za usafiri kwenye meli ya kifahari ya abiria iitwayo "Pomboo." Meli hiyo ambayo ilikuwa inaanza safari jioni hiyo ingewafikisha nyumbani kwao. Muhimu zaidi meli hiyo ingewawezesha kuona sehemu zingine za dunia kila meli inapotia nanga bandarini. Mpunda na Digiri wakatoa shukrani zao za dhati. Chambilecho wahenga aendaye omo na tezi hana budi kurejea ngamani.

Marejeo Ngamani

Pomboo ilikuwa meli ya kifahari ya abiria iliyojulikana kote duniani. Meli hii ilikuwa kama jiji lililoelea baharini. Ukubwa wake ulikuwa ni kama viwanja kadha vya mpira vilivyounganishwa pamoja. Urefu wake ulikuwa ni ghorofa kadha. Ndani ilikuwa imepambwa kwa rangi ya dhahabu ya kung'ara. Kulikuwa vyumba vya kulala, maduka mengi, mikahawa tofauti, viwanja vya michezo, kasino, vyumba vya kuonyeshea sinema, hamamu, maktaba, vyumba vya kufanyia mazoezi, na vitu vingine vingi vya kistarehe.

Digiri alifurahia starehe hizi lakini alisononeka kuwa ameondoka bila kumwona Molly tena. Hata hivyo, alifurahi kukutana na Linda na alijua watakutana tena kwao. Mpunda pia alifurahia starehe za meli hiyo.

Usiku wa pili baharini tangazo la kushangaza lilisikika kila sehemu ya meli. "Tungependa kuwaarifu abiria wote kuwa meli sasa iko chini ya unahodha wa wapiganiaji ukombozi wa Gizii. Kila abiria anapaswa kukaa chumba chake na kusubiri amri zaidi." Kitaa chekundu kilichokuwa chini ya kila kamera kikawaka. Abiria wakafahamu wanachunguzwa. Tangazo likaendelea. "Mkifuata amri zote zinazotolewa kila mmoja ataepuka hatari. Wanamgambo wetu wako kila sehemu ya meli hii, kwa hivyo usidhubutu ujanja wowote. Nitawaarifu mengineo zaidi. Kwa sasa kaeni vyumba vyenu na mtulie."

Mpunda na Digiri walikuwa wamevisikia visa vingi vya ugaidi na wakashikwa na wasiwasi. Digiri akakumbuka visa alivyotambiwa na Linda. Akamnong'onezea Mpunda na kumpa matumaini kuwa huenda kikosi maalum kitawaokoa.

Waliendelea siku mbili bila ya taarifa nyingine. Hatimaye meli ikaanza kuyumbayumba. Kuchungulia nje ya dirisha wakaona mawimbi makali yanaigonga meli upande na mwingine. Wakasikia upepo mkali unavuma na kuzisikia ngurumo kali za radi. Sauti zingine hawakuzifahamu vyema lakini ziliendelea kukaribia na kusikika vyema zaidi. Taa zikazimika. Gizani totoro likatanda. Angani nyota ya kaskazini ikameremeta.

MWISHO

www.ingramcontent.com/pod-product-compliance
Ingram Content Group UK Ltd.
Pitfield, Milton Keynes, MK11 3LW, UK
UKHW062254290726
14090UKWH00017B/689

9 789966 828705